AF451463

Nadakkavu, Kozhikode, Kerala
Tel:0495–4020666
www.insightpublica.com
e-mail: insightpublica@gmail.com
Australian Nadodikadhakal
(Malayalam)
Translated by P.K.N. Panicker
First Edition: February 2021
Copyright©Reserved

ISBN 978-93-90535-47-7

ഓസ്ട്രേലിയൻ നാടോടിക്കഥകൾ

പുനരാഖ്യാനം:
പി.കെ.എൻ. പണിക്കർ

INSIGHT PUBLICA ®

1935-ൽ കവിയൂരിൽ ജനനം. കവിയൂർ എൻ.എസ്.എസ് ഹൈസ്കൂൾ, ചങ്ങനാശ്ശേരി എൻ.എസ്.എസ് കോളേജ്, ബനാറസ് ഹിന്ദു യൂണിവേ ഴ്സിറ്റി (കെമിക്കൽ എൻജിനീയറിംഗ്) എന്നിവിടങ്ങളിൽ വിദ്യാഭ്യാസം. ഇന്ത്യൻ ഇൻസ്റ്റിറ്റ്യൂട്ട് ഓഫ് കെമിക്കൽ എൻജിനീയേഴ്സിന്റെ പ്രസിഡ ന്റായിരുന്നു. മദിരാശി കേരള സമാജത്തിന്റെയും കെമിക്കൽ ഇൻഡ സ്ട്രീസ് അസോസിയേഷന്റെയും. മദിരാശി കേരള വിദ്യാലയത്തിന്റെ കറസ്പോണ്ടന്റും.

കൃതികൾ-ഇംഗ്ലീഷ്: Our Earth, Our Environment, Swami Vivekanada, Random Reflections (poems), Insight (pomes), Ultimate Triumph (poems) Without Borders (poems), Selected Poems of A.Ayyappan, Selected Poems of Viloppillil Sreedhara Menon, Selected Poems of Akkitham, Selected Poems of P, Selected Poems of Vishnu Nrayanan Namboodiri, 25 Poems of A.Ayyappan, and Luminiscenc of Silence - Sebastian. (All English Translations.)

കൃതികൾ-മലയാളം: ആൽക്കഹോൾ, ലോഹങ്ങളുടെ ലോകം, പല മുഖങ്ങൾ, (ഏകാങ്കങ്ങൾ), സ്വപ്നങ്ങൾ (കവിത), അതിരുകൾക്കപ്പുറം (കവിത), ആഫ്രിക്കൻ നാടോടിക്കഥകൾ, ഏഷ്യൻ ആഫ്രിക്കൻ നാടോ ടിക്കഥകൾ, അമേരിക്കൻ നാടോടിക്കഥകൾ, കൊറിയൻ നാടോടിക്ക ഥകൾ, ആഫ്രിക്കൻ ഏഷ്യൻ നാടോടിക്കഥകൾ, അമേരിക്കൻ ഭൂഖ ണ്ഡത്തിൽ നിന്ന് 16 നാടോടിക്കഥകൾ, ഏഷ്യൻ നാടോടിക്കഥകൾ, ജപ്പാനീസ് നാടോടിക്കഥകൾ, ചൈനീസ് നാടോടിക്കഥകൾ, ഐറിഷ് നാടോടിക്കഥകൾ, ജർമ്മൻ നാടോടിക്കഥകൾ, ആഫ്രിക്കൻ ഭൂഖണ്ഡ ത്തിൽ നിന്ന് പന്ത്രണ്ട് നാടോടിക്കഥകൾ, സ്പാനിഷ് നാടോടിക്കഥകൾ.

E-mail: pknpanicker@gmail.com

പി.കെ.എൻ. പണിക്കർ

ആമുഖം

ഓരോ സമൂഹത്തിന്റെയും വിവിധകാഘട്ടങ്ങളിൽ ഉണ്ടായിട്ടുള്ള സാംസ്കാരിക വളർച്ചയുടെയും ചരിത്രപരമായോ സാമൂഹികമായോ ഉണ്ടായ സംഘർഷങ്ങളുടെയും സംഘട്ടനങ്ങളുടെയും, അതാത് ജനസമൂഹത്തിന്റെ പ്രകൃതിയോടും മറ്റ ജീവജാലങ്ങളോടും ഉണ്ടായിരുന്ന ബന്ധങ്ങളുടെയും മുഖമുദ്രകളാണ് നാടോടിക്കഥകൾ എന്ന് പറയാം. എല്ലാ ദേശങ്ങളിലും അവരവരുടെ തനിമ നിറഞ്ഞ ധാരാളംകഥകൾ പ്രചാരത്തിലുണ്ട്. ഇത്തരം കഥകൾ ശേഖരിച്ച് മറ്റ ഭാഷകളിലേക്ക് ഭാഷാന്തരം ചെയ്ത് പ്രസിദ്ധീകരിക്കുന്നത് സംസ്കാരങ്ങളുടെ വളർച്ചയ്ക്കും പരസ്പര പൂരണത്തിനും പ്രയോജനപ്പെടുന്നു. ഇംഗ്ലീഷ് ഭാഷയിലാണ് മറ്റ ഭാഷകളിൽനിന്ന് സ്വീകരിക്കപ്പെട്ട നാടോടിക്കഥകൾ ധാരാളമായി ഉള്ളത്. പരിഷ്കൃതരായിക്കഴിഞ്ഞിട്ടില്ലാത്ത ജനസമൂഹങ്ങളുമായി ബന്ധപ്പെട്ട് ഇത്തരം കഥകൾ - പ്രത്യേകിച്ച് വാമൊഴികളിൽക്കൂടി മാത്രം പ്രചാരത്തിലുണ്ടായിരുന്ന ധാരാളം കഥകൾ - ശേഖരിക്കവാനും ഇംഗ്ലീഷിലേക്ക് പരിഭാഷപ്പെടുത്തി പ്രസിദ്ധീകരിക്കവാനും ഇംഗ്ലീഷ് ഭാഷാപ്രേമികൾക്ക് കഴിഞ്ഞിട്ടുണ്ട്.

ഈ സമാഹാരത്തിൽ ഉൾപ്പെടുത്തിയിട്ടുള്ള എല്ലാ കഥകളും ഓസ്ട്രേലിയയിൽ നിന്നുള്ളവയാണ്. ഇതിലുള്ള കഥകൾ ഇംഗ്ലീഷിൽ നിന്നും മലയാളത്തിലേക്ക് പുനരാഖ്യാനം ചെയ്യപ്പെട്ടവയാണ്. നമ്മുടെ വായനക്കാർക്ക്, പ്രത്യേകിച്ചും കുട്ടികൾക്ക് ആസ്വാദ്യകരമാകുന്ന രീതിയിൽ ചെറിയ പാഠഭേദങ്ങൾ വരുത്തിക്കൊണ്ടും ഒരു സംഭാഷണരീതി അവലംബിച്ചുകൊണ്ടും തയ്യാറാക്കിയ ഒരു പുനരാഖ്യാനമാണ് നിങ്ങളുടെ മുമ്പിൽ സമർപ്പിക്കുന്നത്.

ഇതിനുമുമ്പ് വിവിധ ഭ്രണ്ഡങ്ങളിൽനിന്നുള്ള 143 കഥകൾ 13 വാല്യ ങ്ങളിലായി വിവിധ പ്രസാകർ മുഖേന മലയാളത്തിൽ പ്രസിദ്ധീകരി ക്കാൻ കഴിഞ്ഞു എന്നതിലും അവയ്ക്ക് വായനക്കാരിൽനിന്നും കിട്ടിയ സ്വീകരണം തൃപ്തികരമായിരുന്നു എന്നതിലും സന്തോഷമുണ്ട്.

പുനരാഖ്യാനം ചെയ്ത കഥകൾ വായിച്ച കേൾക്കുകയും നമ്മുടെ കുട്ടികളുടെ സസ്കാരത്തിനും അഭിരുചിക്കും ഇണങ്ങുന്ന ചില പാഠ ഭേദങ്ങൾ നിർദ്ദേശിക്കുകയും ചെയ്ത് എല്ലാവിധ സഹകരണങ്ങളും നൽകിയ ഭാര്യയും സ്നേഹിതയുമായ ലീലാനരേന്ദ്രനോടുള്ള കടപ്പാട് രേഖപ്പെടുത്തുന്നു.

ഈ സമാഹാരം നല്ല നിലയിൽ പ്രസിദ്ധീകരിക്കാൻ സന്മനസ്സുകാ ണിച്ച ഇൻസൈറ്റ് പബ്ലിക്കയ്ക്കും എന്റെ കടപ്പാട് രേഖപ്പെടുത്തുന്നു.

ഈ സമാഹാരം മലയാളഭാഷയ്ക്ക് ഒരു മുതൽക്കൂട്ടായി അംഗീകരിക്ക പ്പെട്ടുമെങ്കിൽ എന്റെ ശ്രമം വിജയിച്ചു എന്ന് അഭിമാനിക്കുകയും ഇതേ രീതിയിൽ കുറേ കഥകൾക്കൂടി മലയാളത്തിലേക്ക് പുനരാഖ്യാനം ചെയ്ത് പ്രസിദ്ധീകരിക്കാനുള്ള എന്റെ ശ്രമം തുടരുകയും ചെയ്യും.

പി. കെ. എൻ. പണിക്കർ

ഓസ്ട്രേലിയ

ഭൂഖണ്ഡങ്ങളായി അംഗീകരിക്കപ്പെട്ടിട്ടുള്ള ഏഴ് ഭൂപ്രദേശങ്ങളിൽ ഏറ്റവും ചെറുതാണ് ഓസ്ട്രേലിയ. ഇന്ത്യൻ മഹാസമുദ്രത്തിന്റെയും തെക്കൻ പെസഫിക്ക് സമുദ്രത്തിന്റെയും നടുവൽ സ്ഥിതിചെയ്യുന്ന ഓസ്ട്രേലിയൻ ഭൂഖണ്ഡവും തൊട്ടടുത്തുള്ള ടാസ്മേനിയൻ ദ്വീപും മറ്റുകുറേ ചെറിയ ദ്വീപുകളും ചേർന്നതാണ് ഓസ്ട്രേലിയ എന്ന രാജ്യം. ലോക രാജ്യങ്ങളുടെ വിസ്തൃതിപ്പട്ടികയിൽ ആറാമത്തെ സ്ഥാനമാണ് ഓസ്ട്രേലിയക്ക്. ഏറ്റവും കൂടുതൽ നിരപ്പായ ഭൂപ്രദേശങ്ങൾ ഉൾക്കൊള്ളുന്ന ഓസ്ട്രേലിയയുടെ മധ്യപ്രദേശം മരുഭൂമിക്ക് സമാനമായതും വടക്കുകിഴക്കൻ പ്രദേശം പർവ്വതനിരകൾ ഉള്ളതുമാണ്. താരതമ്യേന കുറഞ്ഞ ഫലപുഷ്ടിയാണ് ഓസ്ട്രേലിയയിലെ മണ്ണിനെന്ന് കരുതപ്പെടുന്നു. എങ്കിലും താരതമ്യേന വളരെ കുറഞ്ഞ ജനസംഖ്യയും ജനസാന്ദ്രതയുമുള്ള ഓസ്ട്രേലിയ വികസന സാധ്യത കൂടിയ ഒരു രാജ്യമാണ്; അതുകൊണ്ടുതന്നെ കുടിയേറ്റക്കാർക്ക് വളരെ ആകർഷണീയമായതും.

ഇപ്പോൾതന്നെ വികസിത രാജ്യങ്ങളുടെ മുൻപന്തിയിലാണ് ഓസ്ട്രേലിയ. 2019-ലെ കണക്കുകൾ പ്രകാരം ലോകരാഷ്ട്രങ്ങളുടെ പട്ടികയിൽ പത്താം സ്ഥാനം വഹിക്കുന്ന ഈ രാജ്യത്തിന്റെ ആളോഹരി വരുമാനം യു.എസ്.ഡോളർ 53825 ആണ്. ഒന്നാം സ്ഥാനം വഹിക്കുന്ന ലക്സംബർഗിന്റേത് യു.എസ്.ഡോളർ 113,196 ഉം ഏഴാം സ്ഥാനം വഹിക്കുന്ന യു,എസ്.എ.യുടേത് യു.എസ്.ഡോളർ 65,111 ഉം 138-ാം സ്ഥാനത്ത് നിൽക്കുന്ന നമ്മുടെ രാജ്യത്തിന്റേത് യു.എസ്.ഡോളർ 2171 ഉം ആണെന്ന സത്യം നാം മനസ്സിലാക്കേണ്ടതുണ്ട്. കാൻബറയാണ് തലസ്ഥാന നഗരമെങ്കിലും ഏറ്റവും വലിയ നഗരം സിഡ്നിയാണ്.; മറ്റ പ്രധാന നഗരങ്ങൾ മെൽബോൺ, പെർത്ത്, ബ്രിസ്ബേൻ, അഡിലയിഡ്.

ഒരു താരതമ്യ പഠനം

ഭൂഖണ്ഡം	വിസ്തൃതി ച.കി.മി.	ശതമാനം	എണ്ണം	ജനസംഖ്യ ശതമാനം	സാന്ദ്രത ച. കി.മി
ഏഷ്യ	44,579,000	30.0	4,581,757,408	60.47	102.8
ആഫ്രിക്ക	30,065,000	20.3	738,849,000	9.75	24.6
വടക്കൻ അമേരിക്ക	24,246,000	16.3	579,024,000	7.64	23.9
തെക്കൻ അമേരിക്ക	17,819,000	12.0	422,535,000	5.57	23.7
അന്റാർടിക്ക	13,209,000	8.9	1,106	-	-
യൂറോപ്പ്	9,938,000	6.7	1,216,130,000	16.05	122.4
ഓസ്ട്രേലിയ	7,687,000	5.2	38,304,000	0.50	5.0
നമ്മുടെ നാടമായി താരതമ്യപ്പെടുത്തുമ്പോൾ					
ഇന്ത്യ	3,287,000	2.24	1,339,200,000	17.68	407.0
യു.എസ്.എ	9,834,000	6.69	331,003,651	4.39	33.6
ചൈന	9,597,000	6.53	1,408,526,449	18.59	146.8

ജനസംഖ്യയുടെ 3.9 ശതമാനം ഇന്ത്യൻ വംശജരാണ്.

ഓസ്ട്രേലിയയുടെ ചരിത്രത്തിലേക്ക് ഒന്ന് കണ്ണോടിച്ചാൽ ഏതാണ്ട് 65000 വർഷങ്ങൾക്കുമുമ്പ് തന്നെ ഇവിടെ മനുഷ്യവാസം ഉണ്ടായിരുന്നു എന്നും, ഏതാണ്ട് 45000 വർഷങ്ങൾ പഴക്കമുള്ള ഒരു സംസ്കാരത്തിന്റെ പിൻതുടർച്ചക്കാരാണ് ഇന്ന് ഇവിടെയുള്ള ആദിവാസി സമൂഹങ്ങൾ എന്നും മനസ്സിലാക്കാൻ കഴിയും. എന്നാൽ ഇന്ന് ഓസ്ട്രേലിയൻ ആദിവാസികളുടെ എണ്ണം, എല്ലാ ഗോത്രവർഗങ്ങളേയും ഉൾപ്പെടുത്തിയാൽ, ഏതാണ്ട് 6500-നും താഴെ മാത്രമാണ്. അടുത്തകാലത്ത് ഇവരുടെ സംരക്ഷണത്തിനുവേണ്ടി പല നിയമങ്ങളും ഉണ്ടാക്കിയിട്ടുണ്ടെങ്കിലും ക്രമേണ ക്ഷയിച്ചുകൊണ്ടിരിക്കുന്ന ഒരു സമൂഹമാണ് അവരുടേത്.- ഏതാണ്ട് അമേരിക്കയിലെ 'റെഡ് ഇൻഡ്യൻസ്' എന്നോ 'അമേരിക്കൻ ഇൻഡ്യൻ' എന്നോ അറിയപ്പെടുന്ന അമേരിക്കയിലെ ആദിവാസി സമൂഹങ്ങളുടെ അവസ്ഥ തന്നെയാണ് ഇവരുടേതും.

17-ാം നൂറ്റാണ്ടിൽ ഡച്ചുകാരാണ് ആദ്യം ഇവിടെ എത്തിയ വിദേശികൾ - അന്ന് അവർ ഈ പ്രദേശത്തിന് 'ന്യൂ ഹോളണ്ട്' എന്നാണ് നാമകരണം ചെയ്തത്. പിന്നീട് ബ്രിട്ടീഷുകാരും ഇവിടെ എത്തി. 1770- ആയപ്പോഴേക്കും ഓസ്ട്രേലിയയുടെ കിഴക്കൻ പ്രദേശങ്ങളുടെ പകുതിയും തങ്ങളുടേതാണെന്ന് അവർ അവകാശപ്പെട്ടു തുടങ്ങി.

1788-ജനവരി 26-ാം തിയതി അവിടെ കരയിറങ്ങിയ ബ്രിട്ടീഷ് പൗരന്മാരെ (ശിക്ഷിച്ച് നാട്ടുകടത്തപ്പെട്ട കുറ്റവാളികളെ - പിനൽ ട്രാൻസ്പോർട്ടേഷൻ - penal transportation എന്ന് ബ്രിട്ടീഷ് ചരിത്രത്തിൽ രേഖപ്പെടുത്തിയിട്ടുള്ള സംഭവം) അവിടെ താമസിക്കാൻ അനുവദിച്ചതാണ് ഇന്നത്തെ ഓസ്ട്രേല്യയുടെ ആരംഭ ചരിത്രം. ഇന്നത്തെ ഓസ്ട്രേലിയ എന്ന രാജ്യം രൂപംകൊണ്ടത് 1901 ജനവരി ഒന്നിനാണ് - വിവിധ ഭാഗങ്ങൾ ഒന്നിച്ചുചേർന്ന് ഒരു സംയുക്ത ജനാധിപത്യ രാഷ്ട്രമായിത്തീർന്ന ദിവസം.എങ്കിലും ആദ്യത്തെ ബ്രിട്ടീഷ് കുടിയേറ്റക്കാർ ഓസ്ട്രേലിയയിൽ എത്തിയ ജനുവരി 26-ാം തിയതിയാണ് അവർ ദേശീയദിനമായി ആഘോഷിക്കുന്നത്.

1970 വരെ വെളുത്തതൊലിയുള്ളവരെ -(വെള്ളക്കാർ - whites) മാത്രമേ ഓസ്ട്രേലിയയിൽ കുടിയേറി താമസിക്കാൻ അനുവദിച്ചിരുന്നുള്ളൂ. എന്നാൽ 1970-ൽ ഈ നിയമത്തിന് അയവുവരുത്തിയ കാരണം ഇപ്പോൾ ചൈന, ഇന്ത്യ, ഇണ്ടോനേഷ്യ, ശ്രീലങ്ക മുതലായ നാടുകളിൽ നിന്നും ധാരാളം ആളുകൾ ഓസ്ട്രേലിയയിലേക്ക് കുടിയേറാൻ താൽപര്യം കാണിക്കുന്നു.

ഓസ്ട്രേലിയൻ നാടോടിക്കഥകളെക്കുറിച്ച് ഒരു വാക്ക്

ഓസ്ട്രേലിയൻ നാടോടിക്കഥകളിലെ ഒരു പ്രത്യേകത പലപ്പോഴും മറ്റുജന്തുക്കളെക്കുറിച്ച് പരാമർശിക്കുമ്പോൾ അത്തരം പരാമർശങ്ങൾ അതിന്റെ ശരിയായ അർഥത്തിലോ അല്ലെങ്കിൽ അതേപേരുള്ള ഒരു ഗോത്രവർഗത്തെ അടയാളപ്പെടുത്തുന്ന ഒരു ലക്ഷകമോ ആകാമെന്നുള്ളതാണ്. അത്തരം പ്രയോഗങ്ങൾ കഥയുടെ വികാസത്തിനനുസരണം വായിക്കുന്നവർ മനസിലാക്കേണ്ടതുണ്ട്. മറ്റൊന്ന് മനുഷ്യരും, മൃഗങ്ങളും, പക്ഷികളും, ജലജീവികളും, ഇഴജന്തുക്കളും, ചെടികളും, മരങ്ങളുമെല്ലാം ഒത്തിണങ്ങി ഒന്നുപോലെ ജീവിക്കുന്ന ഒരു ചിത്രമാണ് ഓരോകഥയും നമുക്ക് തരുന്നത്. അതുപോലെ ശ്രദ്ധിക്കേണ്ട മറ്റൊരു പ്രയോഗം 'കറുത്തവർ' എന്ന വാക്കാണ്. ഇതിനെക്കുറിച്ച് കൂടുതലായ ഒരു വിശദീകരണം 'ബാല്യ എന്ന ചന്ദ്രനും കറുത്തവർഗക്കാരും' എന്ന കഥയിൽ കൊടുത്തിട്ടുണ്ട്. മറ്റ സ്ഥലങ്ങളിൽ ആദിമകാലങ്ങളിൽ വസിച്ചിരുന്ന ജനസമൂഹങ്ങളെക്കാൾ താരതമ്യേന നിഷ്കളങ്കരും മാനസിക വ്യാപാരങ്ങളുടെ വളർച്ചയിൽ പിൻതങ്ങിയിരുന്നതുമായ ഒരു ജനസമൂഹത്തിന്റെ ഭാവനയും അവരുടെ ദൈനംദിന ജീവിതത്തിൽ ഉണ്ടായ അനുഭവങ്ങളും ചേർന്ന് രൂപംകൊണ്ട കഥകളാണ് ഓസ്ട്രേലിയയിലെ ആദിവാസികൾക്കിടയിൽ പ്രചാരത്തിലുണ്ടായിരുന്ന കഥകൾ എന്ന് കരുതുന്നത് ശരിയായിരിക്കും എന്ന് തോന്നുന്നു. ഇത്തരത്തിലുള്ള ഒരു പശ്ചാത്തലം മനസിലാക്കി വായിക്കുമ്പോൾ ഈ കഥകൾ തികച്ചും ആസ്വാദ്യകരങ്ങളായി അനുഭവപ്പെട്ടും.

കഥകൾ

കുശുമ്പന്മാരുടെ കഥ

'എമു' പക്ഷികളെക്കുറിച്ച് നിങ്ങൾ കേട്ടിട്ടില്ലേ? ഇന്ത്യയിൽ കാണാറുള്ള ഒരു പക്ഷിയിനമല്ല എമു. പക്ഷേ അടുത്തകാലത്ത് തിരുവല്ല പോലെയുള്ള പല സ്ഥലങ്ങളിലും ഒരു ധനാഗമനമാർഗമായി എമു പക്ഷികളെ ധാരാളമായി വളർത്തുവാൻ തുടങ്ങിയിട്ടുണ്ട്. ഒട്ടകപ്പക്ഷികളെ മാറ്റി നിർത്തിയാൽ ഏറ്റവും വലുപ്പമുള്ള പക്ഷിയാണ് എമു. നീണ്ട കഴുത്തും കാലുകളുമുള്ള ഈ പക്ഷിയ്ക്ക് രണ്ടു മീറ്റർവരെ നീളവും 40 മുതൽ 60 കി.ഗ്രാം വരെ ഭാരവും ഉണ്ടാകും. ഇതിന്ന് ഏതാണ്ട് മണിക്കൂറിൽ 50 കി.മി. വേഗത്തിൽ ഓടാനും കഴിയും. ഈ പക്ഷികളുടെ ജീവിത ദൈർഘ്യം 20 മുതൽ 30 വരെ വർഷങ്ങളാണ്, ഒരു സമയത്ത് 30 മുതൽ 50 വരെ മുട്ടകൾ ഇടും; ഓരോ മുട്ടയ്ക്കും 400 മുതൽ 650 ഗ്രാം വരെ ഭാരവും ഉണ്ടായിരിക്കും. ഈ പക്ഷികളുടെ മറ്റൊരു പ്രത്യേകത മറ്റ പക്ഷികളിൽനിന്നും വ്യത്യസ്തമായി ആൺ പക്ഷികളാണ് പെണ്ണിന് മുട്ടയിടാൻ വേണ്ട കൂട് (മണ്ണിൽ ചെറിയ സ്ഥലം നിരപ്പാക്കി അതിൽ കമ്പുകളും ഇലകളും പാകി) നിർമിക്കുന്നതും, പെണ്ണ് മുട്ടയിട്ടുകഴിഞ്ഞാൽ അടയിരിക്കുന്നതും, പിന്നീട് കുഞ്ഞുങ്ങളെ സംരക്ഷിക്കുന്നതിൽ താൽപര്യം കാണിക്കുന്നതും എന്നതാണ്. ഓസ്ട്രേലിയയിൽ എമു പക്ഷികളെ ധാരാളമായി കാണാം. മറ്റ പക്ഷികൾ എമു പക്ഷികളെ അവരുടെ രാജാക്കന്മാരായി അംഗീകരിക്കുന്ന ഒരു സങ്കൽപവുമുണ്ട്. ഈ കഥയിലെ രണ്ട് അമ്മ പക്ഷികളിൽ ഒന്ന് എമുവർഗത്തിൽ പെട്ടതാണ്; നമുക്ക് ആ അമ്മപക്ഷിയെ 'ദിനേവാൻ അമ്മ' എന്ന് വിളിക്കാം.

ഓസ്ട്രേലിയയിൽ ധാരാളമായി കാണുന്ന മറ്റൊരു പക്ഷിവർഗമാണ് 'ഓസ്ട്രേലിയൻ ബസ്റ്റാർഡ്'. ഇതേ ഇനത്തിൽ പെട്ടതാണ് 'ദ

ഗ്രേറ്റ് ഇന്ത്യൻ ബസ്റ്റാർഡും'. ഒരുപക്ഷേ അമേരിക്കയിലെ 'ടർക്കി'യും ഇന്ത്യയിൽ ചില പ്രദേശങ്ങളിൽ 'ചിഡിയ' എന്ന പേരിലും ഇത് അറി യപ്പെടുന്നു. ഒരുകാലത്ത് ഇവ പഞ്ചാബ്, ഹരിയാണ, ഉത്തർ പ്രദേശ്, ഒറീസ്സ, രാജസ്ഥാൻ, തമിഴ്നാട് മുതലായ പ്രദേശങ്ങളിൽ ധാരാളമായി ഉണ്ടായിരുന്നു; എങ്കിലും ഇന്ന് അവ നമ്മുടെ നാട്ടിൽ വംശനാശത്തിന്റെ വക്കിൽ എത്തി നിൽക്കുകയാണ്. 2018-ലെ കണക്കുകൾ പ്രകാരം ഇവയുടെ എണ്ണം നമ്മുടെ നാട്ടിൽ കേവലം 150 ആയി ചുരുങ്ങിയിരി ക്കുന്നു. ബസ്റ്റാർഡുകളും എമുക്കളെപ്പോലെ വലിയ പക്ഷികളാണ്; ഏതാണ്ട് ഒന്നര മീറ്റർ ഉയരവും ചിറക് വിടർത്തി നിന്നാൽ രണ്ട് മീറ്റർവരെ വിരിവും ഉള്ള ഇവയ്ക്ക് ശരാശരി 6 മുതൽ 7 വരെ കിലോഗ്രാം ഭാരം ഉണ്ടാകും. പെൺ പക്ഷികൾ ആൺ പക്ഷികളെക്കാൾ അൽപം ചെറുതായിരിക്കും. ബസ്റ്റാർഡ് പക്ഷികൾക്ക് പക്ഷിവർഗം എമുക്കൾക്ക് നൽകിയിരുന്ന രാജകീയസ്ഥാനം അത്ര ഇഷ്ടപ്പെട്ടിരുന്നില്ല. അവർക്ക് എമുക്കളോട് തീരാത്ത അസൂയയുണ്ടായിരുന്നു. പ്രത്യേകിച്ചും ബസ്റ്റാർ ഡുകളുടെ അമ്മസ്ഥാനീയയായ 'ഗ്ലോൺ' പക്ഷിക്ക്.

ദിനേവാൻ അമ്മ ഉയരത്തിൽ പറന്ന് താഴേക്ക് ഇറങ്ങി തന്റെ മുമ്പിൽക്കൂടി തികഞ്ഞ ഗൗരവത്തോടെ നടന്നുപോകുന്ന കാഴ്ച; ചിറകുകൾ വിടർത്തി ശബ്ദമുണ്ടാക്കി വിജയീഭാവത്തിൽ തന്റെ മുമ്പിൽക്കൂടി നടന്നുപോകുന്ന കാഴ്ച പലപ്പോഴും ഗ്ലോൺ അമ്മയെ അലോസരപ്പെടുത്തി. അവളെ ഒരു പാഠം പഠിപ്പിക്കണമെന്നും അവൾ ചിന്തിക്കാൻ തുടങ്ങി. പക്ഷേ എങ്ങനെ. നേരിട്ട് ഒരു വഴക്കുണ്ടാക്കിയ തുകൊണ്ട് ഒന്നും നേടാനില്ലെന്ന് അവൾക്ക് ബോധ്യമുണ്ടായിരുന്നു. അതുകൊണ്ടുതന്നെ എല്ലാ അസൂയാലുക്കളേയും പോലെ അവളും ഒരു കുറുക്കുവഴി തേടിക്കൊണ്ടിരുന്നു.

അന്നൊരു ദിവസം സാധാരണപോലെ ദിനേവാൻ അമ്മ മുമ്പിൽക്കൂടി ഞെങ്കുകാട്ടി നടന്നുപോയപ്പോൾ ഗ്ലോൺ അമ്മ അവൾ വന്നുകൊണ്ടിരുന്ന വഴിയിൽ തന്റെ ചിറക് തികച്ചും മടക്കിയൊതുക്കി (കണ്ടാൽ ചിറകുകൾ ഇല്ലെന്ന് തോന്നിക്കുംവിധം) നിന്നു. അവിടെയെ ത്തിയ ദിനേവാൻ അമ്മ ഗ്ലോൺ അമ്മയോട് വിശേഷങ്ങൾ അന്വേ ഷിക്കുകയും കുശലം ചോദിക്കുകയുമെല്ലാം ചെയ്തു; അതുപോലെ ഗ്ലോൺ അമ്മ തിരിച്ചും. അങ്ങനെ അൽപനേരത്തെ നർമസംഭാഷ ണത്തിനുശേഷം ഗ്ലോൺ അമ്മ ദിനേവാനിനോട് തികച്ചും സ്വാഭാ വികമെന്നതുപോലെ ചോദിച്ചു:

"ദിനേവാൻ സഹോദരീ, നിങ്ങളൊക്കെ പക്ഷികളുടെ രാജകീയ സ്ഥാനം അലങ്കരിക്കുന്നവരല്ലെ? അപ്പോൾ മറ്റ പക്ഷികളിൽ നിന്നും വിത്യസ്തമായ ചില സവിശേഷതകൾ നിങ്ങൾക്കുണ്ടായിരിക്കേണ്ടത ല്ലെ?"

"എന്ത പ്രത്യേകതകളാണ് താങ്കൾ ഉദ്ദേശിക്കുന്നത്?"

"ഓ, അതോ. മറ്റ സാധാരണ പക്ഷികളിൽനിന്നും വിത്യസ്തമായി എന്തെങ്കിലും ഒന്ന്. ഉദാഹരണത്തിന് എന്നെ നോക്കൂ. എനിക്ക് ചിറകുകളേ ഇല്ല. എങ്കിലും എനിക്ക് നന്നായി പറക്കാൻ കഴിയും. അതുപോലെ എന്തെങ്കിലും ഒരു പ്രത്യേകത. അങ്ങനെയില്ലെങ്കിൽ മറ്റ പക്ഷികൾ അടുത്തുതന്നെ ഈ ഗ്ലേബോണിനെ അവരുടെ രാജകീയ സ്ഥാനത്തിന് അർഹയാക്കിയാലും അതിശയിക്കണ്ട, കേട്ടോ."

"പക്ഷേ നിനക്ക് ചിറകുകളുണ്ടല്ലോ. ഇല്ലേ?"

"ഏ, ദിനേവാൻ അമ്മേ, നീ നന്നായിട്ടൊന്ന് നോക്കൂ. എനിക്ക് ചിറകുകളേ ഇല്ല."

ഗ്ലേബോൺ തന്റെ ചിറകുകൾ അത്രമാത്രം ചേർത്ത് മടക്കി പിടി ച്ചതിനാൽ ദിനേവാൻ അമ്മയ്ക്കും അവൾക്ക് ചിറകുകൾ ഇല്ലെന്ന തോന്നൽ ഉണ്ടായി. അതിനശേഷം സ്വന്തം വീട്ടിലേക്ക് മടങ്ങിയ ദിനേവാൻ ആലോചിച്ചു; 'ആ ഗ്ലേബോൺ പറഞ്ഞതിൽ എന്തെങ്കിലും കാര്യമുണ്ടോ എന്ന്.' തന്റെ സംശയത്തിന് ശക്തി കൂടിയപ്പോൾ അവൾ തന്റെ ഭർത്താവിനോട് ഗ്ലേബോണുമായുണ്ടായ സംഭാഷണത്തെക്കുറിച്ച് പറഞ്ഞു. അദ്ദേഹവും പറഞ്ഞു'

"അതേ. ഗ്ലേബോൺ പറഞ്ഞതിലും കാര്യമില്ലെന്ന് പറയാൻ കഴിയു കയില്ല."

"അങ്ങനെയെങ്കിൽ നമ്മളെന്ത ചെയ്യും. നമ്മുടെ രാജകീയസ്ഥാനം നഷ്ടപ്പെട്ടാൽ അത് വലിയ കുറച്ചിലാകുകയില്ലേ?"

അവർ രണ്ടുപേരും വളരെ ആലോചിച്ചതിനുശേഷം തങ്ങളുടെ ചിറകുകൾ മുറിച്ചുകളയാൻ തീരുമാനിച്ചു. 'എന്തൊക്കെയായാലും ഗ്ലേബോണിന് കീഴടങ്ങിക്കൊട്ടക്കാൻ പാടില്ലല്ലോ.' അതായിരുന്ന അവരുടെ നിലപാട്.

ദിനേവാൻ അമ്മ ഭർത്താവിനെക്കൊണ്ട് തന്റെ ചിറകുകൾ മുറിപ്പിച്ചു. ചിറകുകൾ മുറിക്കാൻ കുറെ ബുദ്ധിമുട്ടേണ്ടിവന്നു എന്നമാത്രമല്ല വളരെ യധികം വേദനയും സഹിക്കേണ്ടിവന്നു. എന്നിരുന്നാലും ദിനേവാൻ

സന്തോഷത്തോടെ അതെല്ലാം സഹിച്ചു. സ്വന്തം മാനം കാക്കാൻ വേണ്ടി എന്തുവേദനയും സഹിക്കുന്നതിൽ തെറ്റില്ലല്ലോ. ദിനേവാൻ ചിറകുകൾ മുറിച്ചതിനശേഷം ഭർത്താവിന്റെ ചിറകുകൾ മുറിക്കാൻ അദ്ദേഹത്തെ സഹായിക്കുകയും ചെയ്തു. മുറിവുകൾ എല്ലാം ഉണങ്ങി യതിനശേഷം ദിനേവാൻ ഗ്രബ്ലോണിനെ സന്ദർശിക്കാൻ പോയത് അൽപം ധാർഷ്ട്യത്തോടെയായിരുന്നു. കുശലാന്വേഷണങ്ങൾ കഴിഞ്ഞ് ദിനേവാൻ ഗ്രബ്ലോണിനോട് പറഞ്ഞു:

"ഹേ സഹോദരീ, ഞങ്ങൾ നിന്റെ ഉപദേശം സ്വീകരിച്ചു. നോക്ക് ഇപ്പോൾ എനിക്കും നിന്നെപ്പോലെ ചിറകുകൾ ഇല്ലാതായിരിക്കുന്നു. ഇനി ആർക്കും ഞങ്ങളുടെ രാജകീയസ്ഥാനം തട്ടിപ്പറിക്കാൻ കഴിയു കയില്ലല്ലോ. എന്താ, നീ എന്തു പറയുന്നു."

"എന്ത്. നിനക്ക് ചിറകുകൾ ഇല്ലാതായെന്നോ. അതെങ്ങിനെ സംഭവിച്ചു?"

"ഞാനും എന്റെ ഭർത്താവും ഞങ്ങളുടെ ചിറകുകൾ മുറിച്ചുകളഞ്ഞു. പിന്നെ നിനക്കും ചിറകുകളില്ലല്ലോ."

അതുകേട്ട ഗ്രബ്ലോൺ സന്തോഷവും പരിഹാസവും കലർന്ന സ്വര ത്തിൽ ഉറക്കെയുറക്കെ ചിരിച്ചുകൊണ്ട് പറഞ്ഞു:

"എനിക്ക് ചിറകുകളില്ലെന്ന് നിന്നോട് ആരുപറഞ്ഞു.?"

"നീ തന്നെയല്ലെ എന്നോട് പറഞ്ഞത്?"

"ഓ, അതോ. അതു ഞാൻ വെറുതെ ഒരു തമാശയ്ക്ക് പറഞ്ഞതല്ലേ.?"

ഗ്രബ്ലോൺ തന്റെ നീളമുള്ള വലിയ ചിറകുകൾ വിടർത്തി ഞങ്കോടെ ദിനേവാന്റെ മുമ്പിൽക്കൂടി രണ്ടുമൂന്നു പ്രാവശ്യം നടന്നു. അതുകണ്ട് താൻ വഞ്ചിക്കപ്പെട്ടു എന്ന് മനസിലാക്കിയ ദിനേവാൻ തന്റെ വീട്ടിലേക്ക് തിരികെ നടന്നു. മുഴുവൻ ദൂരവും നടന്നുതന്നെ പോകേണ്ടിവന്നു. ചിറകുകൾ പോയ അവർക്ക് പറക്കാൻ കഴിയുമായിരുന്നില്ലല്ലോ. പക്ഷേ അവരുടെ മനസുനിറയെ ഒരേ ഒരു ചിന്ത മാത്രമായിരുന്നു. - എങ്ങനെയാണ് ആ വഞ്ചനക്ക് തക്ക തിരിച്ചടി കൊടുക്കുക എന്ന വിചാരം മാത്രം.

സ്വന്തം വീട്ടിൽ വിഷണ്ണയായി ദിവസങ്ങൾ കടത്തിയ ദിനേവാൻ ഒരു ദിവസം വീടിനുവെളിയിൽ നടക്കുമ്പോൾ കുറച്ചുദൂരെയായി ഗ്രബ്ലോൺ അവരുടെ പത്തുപന്ത്രണ്ട് കുഞ്ഞുങ്ങളുമായി ചെടികൾക്കിട യിൽ ഉലാത്തുന്നത് കണ്ടു. ആ അമ്മ മക്കളുമായി സന്തോഷം പകർന്ന്

ചെടികളിൽനിന്ന് പഴങ്ങൾ കൊത്തിയെടുത്ത് തിന്നുകയായിരുന്നു. അങ്ങനെ അവരെ നോക്കിയിരുന്നപ്പോഴാണ് പകപോക്കാൻ ഒരു യുക്തി ദിനേവാനിന് തോന്നിയത്. ദിനേവാൻ തന്റെ മക്കളെ വീടിനടുത്ത് സുരക്ഷിതമായ ഒരു സ്ഥലത്ത് ഒളിപ്പിച്ചു. പിന്നീട് രണ്ട് മക്കളെ മാത്രം കൂടെക്കൂട്ടി ഗ്ലേബോണിന്റെ അടുത്തേക്ക പോയി. പതിവുപോലെ രണ്ടുപേരും കുശലങ്ങൾ അന്വേഷിച്ചു. കുശലാന്വേഷണങ്ങളുടെ തുടർച്ച യെന്നോണം ദിനേവാൻ ചോദിച്ചു.

"ഗ്ലേബോൺ ചേച്ചീ, എന്താ നിന്റെ മക്കൾ ഇങ്ങനെ ശോഷിച്ചിരിക്ക ന്നത്? അവർക്ക് വേണ്ടത്ര ആഹാരം കൊടുക്കാൻ നിങ്ങൾക്ക് കഴിയു ന്നില്ലേ? കഷ്ടമുണ്ട് കേട്ടോ. നീ എന്റെ മക്കളെ നോക്ക്. ഇവർ നിന്റെ മക്കളുടെ അതേ പ്രായമാണെങ്കിലും അവരേക്കാൾ എത്ര കൂടുതൽ വല്ലതായിരിക്കുന്നു. നോക്ക് എന്റെ മക്കളുടെ നല്ല ഒത്ത ശരീരം." ഗ്ലേബോൺ ദിനേവാന്റെ കുട്ടികളെ ശ്രദ്ധിച്ച നോക്കി. അവൾ വിചാരിച്ചു

'ഈ ദിനേവാൻ പറയുന്നത് ശരിയാണല്ലോ. എന്റെ മക്കൾ അവളുടെ മക്കളുമായി താരതമ്യപ്പെടുത്തിയാൽ വളരെ ചെറുതാണ്.'

ദിനേവാൻ വീണ്ടും പറഞ്ഞു:

"ചേച്ചീ, ഇപ്പോ മനസിലായോ, എന്റെ വംശത്തിന് രാജകീയ സ്ഥാനം ലഭിക്കുന്നതിന്റെ കാരണം. നിനക്ക് ഒരുപാട് മക്കളുള്ളതു കൊണ്ട് അവർക്ക് വേണ്ടത്ര ആഹാരം കൊടുക്കാൻ കഴിയുന്നല്ലെന്ന ണ്ടോ. എനിക്കാണെങ്കിൽ വെറും രണ്ട് മക്കൾ - നിനക്കോ, പന്ത്രണ്ടും പതിനഞ്ചും മക്കൾ - അത്രയും മുട്ടകളല്ലേ നീ ഓരോ സമയത്തും ഇടുന്നത്. പറയുന്നതിൽ ചേച്ചിക്ക് പരിഭവം തോന്നരുത്. ചേച്ചിയും എന്റെ കൂട്ട് രണ്ട് മക്കൾ മതിയെന്ന് വെയ്ക്കണം. അതായിരിക്കും നല്ലത്." അത്രയും പറഞ്ഞിട്ട് ദിനേവാൻ അവിടെനിന്നും പോയി.

ഗ്ലേബോൺ വീണ്ടും ആലോചിച്ചു. ആ ദിനേവാൻ പറഞ്ഞത് ശരിയാണ്. എന്റെ മക്കളും അവളുടെ മക്കളെപ്പോലെ ആ ജാന്ബാ ഫക്കളായി വളരണം. എങ്കിലല്ലേ എന്റെ വംശത്തിനും ഒരു നാൾ രാജകീയ അന്തസ്സ് നേടാൻ കഴിയും. അതേ, അതിനുവേണ്ടി എന്ത് ത്യാഗവും സഹിക്കണം. വേണമങ്കിൽ കൂടുതലായുള്ള സ്വന്തം കുട്ടികളെ കൊന്നാലും തെറ്റില്ല. വംശത്തിന്റെ അഭിമാനം ഉറപ്പവരുത്താൻ ഏത് ത്യാഗവും കൂടുതലല്ല.

ഗ്ലേബോൺ വീട്ടിൽപോയി മറ്റാരും അറിയാതെ തന്റെ കുഞ്ഞുങ്ങളെ, രണ്ടെണ്ണം ഒഴികെ എല്ലാത്തിനെയും കൊന്ന് കഴിച്ചുമൂടി. പിന്നീട് അവൾ

ഒന്നും അറിയാത്തഭാവത്തിൽ ചുറ്റുപുറങ്ങളിൽ തന്റെ രണ്ട മക്കളമായി കറങ്ങിനടന്നു. അതിനിടയിൽ ശേഖരിച്ച സാധനങ്ങൾ കുട്ടികൾക്ക് ധാരാളമായി നൽകി.

രണ്ട കുട്ടികൾ മാത്രമായി ഉലാത്തുന്ന ഗ്ലേ്ബ്ബോണിനെക്കണ്ട ദിനേവാൻ ചോദിച്ചു:

"ചേച്ചീ, ചേച്ചിയുടെ മറ്റമക്കളൊക്കെ എവിടെപ്പോയി?"

"മറ്റ മക്കളോ ആരു പറഞ്ഞു എനിക്ക് വേറെ മക്കളുണ്ടെന്ന്? ചേച്ചി യെപ്പോലെ എനിക്കും രണ്ട് കുട്ടികളേയുള്ളൂ. ദാ. ഈ രണ്ട് കുട്ടികൾ മാത്രം."

അതുകേട്ട ദിനോവാനിന് കാര്യം ഏതാണ്ട് മനസിലായി. അവൾ ഉച്ചത്തിൽ ഗ്ലേ്ബ്ബോണിനോട് ചോദിച്ചു.

"എടീ, ഘാതകീ. നീ നിന്റെ മക്കളെയൊക്കെ എന്തു ചെയതു? എല്ലാത്തിനെയും കൊന്നോ? പാപി... നിനക്കെങ്ങിനെ മനസുവന്നു മക്കളെയെല്ലാം കൊല്ലാൻ. എന്തൊക്കെയായാലും ഞാനെന്റെ കുഞ്ഞുങ്ങളോട് ഇങ്ങനെ ഒരു ക്രൂരത കാണിക്കുകയില്ല. നിനക്ക് ദൈവം പോലും മാപ്പനൽകുകയില്ല. നോക്കിക്കോ. മഹാപാപി."

"അതിന് നിനക്കും രണ്ട മക്കളല്ലേയുള്ളൂ. കൂടുതലൊന്നും ഇല്ലല്ലോ"

"ആരുപറഞ്ഞു. നോക്ക്, എന്റെ പന്ത്രണ്ടമക്കളും എന്റെ കൂടെത്ത നെയ്യുണ്ട് - ദാ, ഈ രണ്ടെണ്ണം ഒഴിച്ച് ബാക്കിയെല്ലാം എന്റെ വീട്ടിലുണ്ട്. ഞാനവരെ വിളിക്കാം - മക്കളേ, മക്കളേ, ഇങ്ങോട്ടവാ. ഈ ഗ്ലേ്ബ്ബോൺ ആണ്ടിക്ക് നിങ്ങളെയൊന്ന് കാണണമെന്ന് പറയുന്നു. ഇങ്ങോട്ട് വാ."

അപ്പോൾ കാണാൻ കൗതുകമുള്ള തടിച്ചകൊഴുത്ത, ദേഹത്ത് പുതപ്പിട്ടതുപോലെ തോന്നിപ്പിക്കുന്ന വരകളോട്ടക്കൂടിയ ദിനേവാൻ കുട്ടികൾ അവരുടെ അടുത്തേക്ക് വന്നു. അതുകണ്ട ഗ്ലേ്ബ്ബോണിന് താൻ വഞ്ചിക്കപ്പെട്ടു എന്ന് മനസിലായി. ദുഃഖത്തോടെ ആ അമ്മ തലതാഴ്ത്തി നിന്നു. അപ്പോൾ ദിനേവാൻ ഗ്ലേ്ബ്ബോണിനോട് പറഞ്ഞു:

"ഇപ്പോൾ നിനക്ക് മനസിലായില്ലേ, എനിക്ക് മക്കൾ രണ്ടല്ലെന്ന്. പിന്നെ ഞാൻ നിന്നോട് പറഞ്ഞത്, അത് നിനക്ക് ചിറകുകളില്ലെ ന്ന് പറഞ്ഞ് ഒരിക്കൽ നീ എന്നെ ചതിച്ചില്ലേ? അതിന് ഒരു പകരം വീട്ടലായിരുന്നു എന്ന് കരുതിക്കോ. അത്രതന്നെ. നീ അസൂയമൂത്ത്, എന്നെ വഞ്ചിച്ച് എന്റെ ചിറകുകൾ മുറിപ്പിച്ചു. ഇപ്പോൾ പകരത്തിന് ഞാൻ നിന്നെക്കൊണ്ട് നിന്റെ മക്കളെ കൊല്ലിച്ചു. ഒന്നിന പകരം ഒന്ന്.

അത്രമാത്രം. എനിക്ക് എന്റെ ചിറകുകളും നിനക്ക് നിന്റെ കുട്ടികളും നഷ്ടപ്പെട്ടു. ഇനി നമുക്ക് സുല്ലിട്ട് ഈ കളി അവസാനിപ്പിക്കാം. എന്താ, സമ്മതമല്ലേ?"

അന്നു മുതൽ ഒരു ശാപം കിട്ടിയതുപോലെ ദിനേവാൻ പക്ഷികൾക്ക് പേരിന് ചെറിയ ഒരു ചിറകും ഇമ്പ്ലോൺ പക്ഷികൾക്ക് ഒരു പ്രാവശ്യം രണ്ടു മുട്ടകൾ മാത്രം എന്നതും തീർച്ചയായി. ഇന്നും അങ്ങനെ തന്നെ തുടരുന്നു.

ഗാലയും ഊലയും

പല്ലി (ഗൗളി) നാം ധാരാളമായി കാണാറുള്ള ഒരു ഇഴജ ന്തുവാണ്. പലതരം പല്ലികളുണ്ട്. - മൊത്തം ഏതാണ്ട് ആറായിരം തരം പല്ലികളുണ്ടെന്നു പറഞ്ഞാൽ അതിശയം തോന്നും, അല്ലേ? മൂന്നോ നാലോ സെന്റിമീറ്റർ മാത്രം നീളമുള്ള 'ഗെക്കൊ' എന്നറിയപ്പെടുന്ന പല്ലികൾ മുതൽ ഏതാണ്ട് മൂന്ന് മീറ്ററിലും അധികം നീളമുള്ള 'കൊമോഡ്രൊ ഡ്രാഗൺ' എന്ന പേരിൽ ഇണ്ടോനേഷ്യയിലെ കൊമോഡ്രൊ ദ്വീപിലും മറ്റും കാണുന്ന ഓന്തുകളും, സന്ദർഭത്തിനനുസ രിച്ച് ജീവരക്ഷാർഥം നിറം മാറാൻ കഴിയുന്ന ഓന്തുകളും ഇതേ വർഗ ത്തിൽ പെട്ടവതന്നെയാണ് - അതേപോലെ അരണകളും. ഓസ്ട്രേലി യയിൽ ധാരാളമായി കാണുന്ന ഒരു പ്രത്യേകതരം പല്ലികളെ അവരുടെ നാടോടിക്കഥകളിലും മറ്റും 'ഊല' എന്ന പേരു നൽകി വിളിക്കുന്നു. അതുപോലെ ഓസ്ട്രേല്യയിൽ ധാരാളമായി കാണുന്ന 'കൂക്കാറ്റൊ' അല്ലെങ്കിൽ തത്തകളിൽ ഒരിനത്തിന് 'ഗാല' എന്ന ഇഷ്ടപ്പേരു നൽകി വിളിക്കുന്നതും ഒരു പരിചയമാണ്.

ഒരു ദിവസം ഊല മടിപിടിച്ച് വെയിലത്തുകിടന്ന് മുഷിഞ്ഞപ്പോൾ വിചാരിച്ചു 'ഞാനെന്തിനിങ്ങനെ ഇവിടെ കിടക്കണം. ഇതിനുപകരം പോയി വല്ലതും കളിച്ചാൽ നല്ല രസമായിരിക്കും' ഊല തന്റെ ചുഴലി ക്കമ്പ്' മെടുത്ത് അടുത്തുള്ള ഇറന്ന മൈതാനത്തിൽ ചുഴലി എറിഞ്ഞ് കളിക്കാൻ തുടങ്ങി. ഊല അങ്ങനെ കളിച്ചുകൊണ്ടിരിക്കുമ്പോൾ ഗാല അവിടെയെത്തി. ഊലയുടെ ചുഴലി സാധാരണ ചുഴലിക്കമ്പുകളെക്കാൾ അൽപം കൂടുതൽ വളവുള്ളതും ഒരു പ്രത്യേക രീതിയിൽ മിനുക്കിയെ ടുത്തതും ആയിരുന്നു. അതുകൊണ്ട് അതെറിയുമ്പോൾ കൃത്യമായും എറിയുന്ന ആളിന്റെ അടുത്തുതന്നെ തിരികെ എത്തുമെന്ന് തീർച്ചയാ യിരുന്നു. മറ്റ ചുഴലികളും തിരികെ വരുമെന്നിരുന്നാലും അത്ര കൃത്യത

ഉണ്ടാകുമെന്ന് പറയാൻ കഴിയുമായിരുന്നില്ല. അതുകൊണ്ടു ഉലായുടെ ചുഴലിക്കമ്പുകളി കാണാൻ നല്ല രസമായിരുന്നു. ഊലയുടെ ചുഴലിക്കമ്പ് 'ബബ്ബേറ' എന്ന ഒരു പ്രത്യേകതരം ചുഴലിയായിരുന്നു

ഗാല തന്റെ കളി കണ്ടുനിൽക്കുന്നത് ഊലയ്ക്കും അഭിമാനകരമായിരു ന്നു. അതുകൊണ്ട് തന്റെ കഴിവ് തികച്ചും നല്ലതുപോലെ പ്രകടിപ്പിക്കാൻ ഊല പ്രത്യേകം ശ്രദ്ധിച്ചു. ഊല തന്റെ ചുഴലി സാധാരണയിൽനിന്ന് അൽപം കൂടുതൽ ശക്തിയോടെ, സാധാരണ ചെയ്യുന്നതിനെക്കാൾ ഒരൽപം കൂടുതൽ ചുഴറ്റി എറിഞ്ഞു; ഗാല തന്റെ കളിയിലെ വൈദഗ്ധ്യം കാണട്ടെ എന്നു കരുതി. അത്രതന്നെ. പക്ഷേ ചുഴലി തിരികെ വന്നത് ആകാശത്തുകൂടി ചുറ്റിക്കറങ്ങി ഗാലയുടെ തലയ്ക്കുമുകളിൽക്കൂടി ആയിരുന്നു; മാത്രമല്ല കാറ്റടിക്കുമ്പോൾ കേൾക്കാറുള്ള, വിസിലടി ക്കുമ്പോളെന്നപോലെയുള്ള ഒരു ശബ്ദമില്ലേ - അത്തരം ഒരു വിസിൽ ശബ്ദത്തോട് കൂടിയായിരുന്നു ചുഴലിയുടെ തിരിച്ചുവരവ്.

ഗാലയുടെ തലയ്ക്കു മുകളിൽക്കൂടി ചുഴലി പറന്നപ്പോൾ ഗാല ഭയപ്പെട്ട്, വേദനയെടുത്ത് ഉച്ചത്തിൽ അലറി. ചുഴലി ഗാലയുടെ തലയ്ക്കുമുകളിൽ ഉണ്ടായിരുന്ന രണ്ടുരുവല്ലുകളും തൊലിയും ഉരസിയെടുത്തു. വേദന സഹിക്കാനാകാതെ ഗാല അവിടെയെല്ലാം ഓടി നടക്കുകയും തന്റെ തല തറയിൽ മുട്ടിച്ച് ഒരു ഭ്രാന്തൻ പക്ഷിയേയോ നായയെപ്പോലെയോ ഒക്കെ പെരുമാറുകയും ചെയ്തു. അതെല്ലാം കണ്ട ഊല ഭയപ്പെട്ട് അട്ട ത്തുള്ള മുള്ളൻ ചെടികളുടെ പുറകിൽ ഒളിച്ചിരുന്നു. സത്യത്തിൽ ഊലയ്ക്ക് ഗാലയെ ഉപദ്രവിക്കണമെന്നോ വേദനിപ്പിക്കണമെന്നോ ഉദ്ദേശമില്ലാ യിരുന്നു; അങ്ങനെ സംഭവിച്ചുപോയി എന്നുമാത്രം. പക്ഷേ, ഊല തന്നെ മന:പൂർവ്വം ഉപദ്രവിച്ചതാണെന്ന് ഗാല കരുതി; ഊലയോട് പറയാ നാകാത്തത്ര ദേഷ്യവും പകയും തോന്നി. ഊല മുള്ളൻ ചെടികൾക്ക് പുറകിൽ ഒളിച്ചിരിക്കുന്നത് കണ്ട ഗാല അവിടെ ചെന്ന് ഊലയെ പിടിച്ച് അടിക്കുകയും അവനെ മുള്ളൻ ചെടികളോട് ചേർത്ത് അമർത്തിപ്പിടി ക്കുകയും ചെയ്തു. മുള്ളൻ ചെടികളിലെ ഓരോ മുള്ളും അവന്റെ ദേഹത്ത് കുത്തിക്കയറി ഓരോ വ്രണം ഉണ്ടാക്കിയെന്ന് ഉറപ്പ് വരുത്തുകയും ചെയ്തു. അവളുടെ ചോരയൊഴുകുന്ന മുറിവേറ്റതല അവന്റെ ദേഹത്ത് ഉരസി രക്തം അവന്റെ ദേഹത്ത് പുരട്ടി. അത്രയൊക്കെ ചെയ്തതിനുശേഷം കലിയടങ്ങാതെ അവൾ വിളിച്ചുപറഞ്ഞു - ശപിച്ചു.

"ഹേ, ഊലാ, നീയും നിന്റെ വർഗവും എന്നും എന്റെ രക്തത്തി ന്റെ കറ നിങ്ങളുടെ ദേഹത്ത് കൊണ്ടുനടക്കും. അതുപോലെ മുള്ളൻ ചെടിയുടെ മുള്ക്കുത്തിയ പാടുകളും. ഇതെന്റെ ശാപമാണ്. ഇതിൽനി ന്ന് നിങ്ങൾക്ക് മോചനമില്ല."

അതുവരെ ഭയന്ന് വിറച്ച് നിന്ന ഊല തിരികെ വിളിച്ചുപറഞ്ഞു:

"ഹൊ, അങ്ങനെയാണോ; എങ്കിൽ നിനക്ക് എന്റെ ശാപം എന്താ
ണെന്ന് കേട്ടോ. നിനക്കും നിന്റെ വർഗത്തിനും ഇനിയങ്ങോട്ട് മൊട്ടത്ത
ലയായിരിക്കും - എന്റെ വർഗത്തിന്റെ പുറത്ത് നിന്റെ രക്തത്തിന്റെ കറ
(നിറം) ഉള്ളിടത്തോളം കാലം ഇതങ്ങിനെയായിരിക്കും."

അതുകൊണ്ടാണ് ഇന്നും ഓസ്ട്രേലിയയിലെ ഗാല തത്തകൾക്ക്
തലപ്പവിന്റ സ്ഥലം മൊട്ടയായിരിക്കുന്നത്. ഊല പല്ലികളുടെ ദേഹം
ചുവപ്പനിറത്തിൽ കുത്തുകിട്ടിയ കുഴികൾ പോലെയുള്ള തൊലിയോട്ട
കൂടിയും.

ബാല്യ എന്ന ചന്ദ്രനും
കറുത്ത വർഗക്കാരും

63ഒരു ദിവസം രാത്രിയിൽ ബാല്യ എന്ന പേരിൽ അറിയപ്പെട്ടിരുന്ന ചന്ദ്രൻ താഴെ ഭൂമിയിലേക്ക് നോക്കിനിൽക്കുകയായിരുന്നു. നമ്മൾ ചന്ദ്രന് അമ്പിളിഅമ്മാവൻ എന്നും മറ്റുമുള്ള ഓമനപ്പേരുകൾ നൽകി സംബോധന ചെയ്യാറില്ലേ? അതുപോലെ ഓസ്ട്രേല്യക്കാർ നൽകിയിരുന്ന ഓമനപ്പേരായ്തുന്നു 'ബാല്യ'. അങ്ങനെ നോക്കിനിൽ ക്കുമ്പോൾ ബാല്യവിന്റെ ദേഹമാസകലം നല്ലതുപോലെ ശോഭിച്ച് ജ്വ ലിച്ചുനിന്നിരുന്നു. അതുകൊണ്ട് അദ്ദേഹത്തിന് ഭൂമിയിലെ ആളുകളുടെ ചലനങ്ങൾ വ്യക്തമായി കാണാൻ കഴിയുമായിരുന്നു, ബാല്യവിന് മൂന്ന് നായ്ക്കൾ ഉണ്ടായിരുന്നു. അദ്ദേഹം അവയെ പട്ടികൾ എന്നാണ് വിളിച്ചിരുന്നത്. പക്ഷേ മനുഷ്യൻ അവയെ മറ്റ പേരുകളിലാണ് അറിഞ്ഞിരുന്നത്. ഒന്നിനെ 'അണലിപാമ്പ്' എന്നും മറ്റൊന്നിനെ 'കറുത്തപാമ്പ്' എന്നും മൂന്നാമത്തേതിനെ 'കടുവപാമ്പ്' എന്നും അവർ വിളിച്ചിരുന്നു. ബാല്യവിന്റെ പ്രകാശം ഭൂമിയിൽ വീഴുന്ന ദിവസങ്ങളിൽ തന്റെ പട്ടികളുമായി ഭൂമിയിൽ ഉലാത്തുന്നത് അദ്ദേഹം ഒരു പതി വാക്കിയിരുന്നു. അങ്ങനെ ഉലാത്താനായി ഭൂമിയിലേക്ക് തിരിക്കുന്ന സമയത്ത് കുറേ കറുത്ത മനുഷ്യർ ഒരരുവി കടന്ന് നടന്നുപോകുന്നത് കാണാൻ ഇടയായി. ബാല്യ ഉച്ചത്തിൽ ഭൂമിയിൽ കേൾക്കുന്നവിധം വിളിച്ചു പറഞ്ഞു.

"ഹേ കറുത്തവരേ, (ബ്ലാക്ക് ഫെല്ലാസ്) അവിടെ നിൽക്കൂ. ഞാനെന്റെ പട്ടികളേയും കൊണ്ട് ഇപ്പോൾ അവിടെ വരാം. ആ അരുവി കടക്കാൻ നിങ്ങൾ എന്റെ പട്ടികളെ സഹായിക്കണം." കഥ കൂടുതൽ വായിക്കുന്നതിനുമുമ്പേ 'കറുത്തവർ' ആരാണെന്ന് അറിയണ്ടേ. ഓസ്ട്രേ ല്യയിൽ ഏതാണ്ട് 65000 വർഷങ്ങൾക്കുമുമ്പുതന്നെ മനുഷ്യവാസം

ഉണ്ടായിരുന്നു എന്നും ഏതാണ്ട് 30000 വർഷങ്ങൾക്കുമുമ്പുതന്നെ പറയ
ത്തക്ക സാംസ്കാരിക വളർച്ച പ്രാപിച്ച ഒരു ജനതയായിരുന്നു അവിടെ
ഉണ്ടായിരുന്നതെന്നും ചരിത്രകാരന്മാർ രേഖപ്പെടുത്തുന്നുണ്ട്. 1770-ൽ
ജെയിംസ് കുക്കിന്റെയും ജോസഫ് ബാങ്ക്സറന്റെയും നേതൃത്വത്തിൽ
ഓസ്ട്രേലിയൻ അധിനിവേശത്തിന് ബ്രിട്ടൻ പദ്ധതി ആവിഷ്കരി
ക്കാൻ തുടങ്ങി. 1787 - മേയ് മാസം 13-ാം തീയതി ക്യാപ്റ്റൻ ആർതർ
ഫിലിപ്പിന്റെ നേതൃത്വത്തിൽ പതിനൊന്ന് കപ്പലുകളിലായി 736 ബ്രിട്ടീഷ്
തടവുകാർ ഉൾപ്പെട്ട ഏതാണ്ട് 1530 ആളുകൾ ഓസ്ട്രേലിയയിലേക്ക്
തിരിച്ചു. 'ബോട്ടണി ബേ' എന്നറിയപ്പെടുന്ന സ്ഥലത്ത് എത്തിച്ചേർന്ന
അവർ 1788 ജനുവരി 26-ാം തിയതി 'സിഡ്നികോവ്' എന്ന സ്ഥലത്ത്
ആദ്യത്തെ ബ്രിട്ടീഷ് ആസ്ട്രേല്യൻ വാസകേന്ദ്രം ഔദ്യോഗികമായി
പ്രഖ്യാപിച്ചു. ഇന്നും ഓസ്ട്രേല്യ ദിവസമായി ജനുവരി 26 അവർ
ആഘോഷിക്കുന്നു. അങ്ങനെ ബ്രിട്ടീഷ് അധിനിവേശത്തിന് മുമ്പ്
ഓസ്ട്രേല്യയിലുണ്ടായിരുന്ന ആദിവാസി സമുദായത്തെ പുച്ഛിച്ച്
വിളിക്കാൻ ബ്രിട്ടീഷുകാർ രൂപംകൊടുത്ത പേരാണ് 'ബ്ലാക്ക് ഫെല്ലോ'.
ഈ വാക്ക് എങ്ങനെ ഉരുവായെന്നും അതിന്റെ അർഥം എന്താണെ
ന്നും നിങ്ങൾക്ക് സ്വയം മനസ്സിലാക്കാവുന്നതാണ്. അന്നുമുതൽ ആ
ആദിവാസി സമൂഹം നിരന്തരമായ ആക്രമണത്തിനും നരഹത്യക്കും
ഇരയായി. ആ പ്രക്രിയ പിന്നീടങ്ങോട്ട് (വളരെ കുറച്ചവർഷങ്ങൾക്കു
മുമ്പുവരെ) തുടർന്നുകൊണ്ടേയിരുന്നു. 1849-ലെ 'വാട്ടർല്യൂബേ കൊല'
എന്നറിയപ്പെടുന്ന സംഭവം പോലുള്ള അനേകം കൂട്ടക്കൊലകൾ
ചരിത്രസത്യങ്ങളാണ്. ഇന്ന്, അമേരിക്കയിലെ 'റെഡ് ഇൻഡ്യൻ'
വംശജരെപ്പോലെതന്നെ ഓസ്ട്രേല്യയിലെ ആദിമ വംശജരും 'ബ്ലാ
ക്ക്ഫെലോ കേവ്' പോലെയുള്ള സ്ഥലങ്ങളിൽ കാഴ്ചമൃഗങ്ങളുടെ
അവസ്ഥയിൽ ജീവിക്കേണ്ടിവരുന്നു എന്നതും സത്യമാണ്. ഇപ്പോൾ
ഓസ്ട്രേല്യയുടെ ജനസംഖ്യയിൽ മൂന്ന് ശതമാനത്തിനും താഴെയാണ്
ആദിവാസികൾ - അവർക്കിടയിൽ പണ്ടുമുതൽക്ക് പ്രചാരത്തിലുണ്ടാ
യിരുന്ന കഥകൾ (നാടോടിക്കഥകൾ) ഇംഗ്ലീഷിലേക്ക് പുനരാഖ്യാനം
ചെയ്യപ്പോൾ അവർ 'ബ്ലാക്ക്ഫെല്ലാസ്' - കറുത്തവർ ആയി - നമുക്കും
ആ വാക്കുതന്നെ ഈ കഥകളിൽ ഉപയോഗിക്കാം. കറുത്തവർക്ക്
ബാലുവിനെ ഇഷ്ടവും ബഹുമാനവുമായിരുന്നു. എങ്കിലും ബാലുവിന്റെ
പട്ടികളെ അവർക്ക് ഇഷ്ടമായിരുന്നില്ല. മുമ്പ് ചിലപ്പോൾ ബാലു ആ
പട്ടികളേയും കൂട്ടി ഭൂമിയിൽ വന്നപ്പോൾ അവ ഭൂമിയിലെ നായ്ക്കളേയും
അതുപോലെ അവയുടെ യജമാനന്മാരായ കറുത്തവരെയും കടിച്ചത്
അവർക്ക് ഓർമയുണ്ടായിരുന്നു; മാത്രമല്ല അങ്ങനെ കടിയേറ്റ പലരും

വിഷജ്വരം ബാധിച്ച് മരിക്കുകയും ചെയ്തു. അതുകൊണ്ട് ബാല്യവിന്റെ ഉച്ചത്തിലുള്ള വിളി കേട്ട കറുത്തവർ തിരികെ പറഞ്ഞു.

"ഇല്ല ബാല്യ. ഞങ്ങൾക്ക് അങ്ങയുടെ നായ്ക്കൾ ഇവിടെ വരുന്നത് ഇഷ്ടമല്ല. അവയെ ഞങ്ങൾക്ക് ഭയമാണ്. അവ ഞങ്ങളേയും ഞങ്ങളുടെ നായ്ക്കളേയും കടിക്കും."

ബാല്യ അതിന് മറുപടി പറഞ്ഞത് ഇങ്ങനെയാണ്:

"ഹേ, കറുത്തവരേ, ഇതാ ഇതുനോക്കൂ. ഞാനീക്കല്ല് ആ അരു വിയിലേക്ക് ഇടുകയാണ്. എന്ത് സംഭവിക്കുന്നു എന്ന് കാണുക. അതിനശേഷം ഞാനൊരു മരക്കൊമ്പും വെള്ളത്തിലേക്ക് ഇടും. അതിനും എന്ത് സംഭവിക്കുന്നു എന്ന് നോക്കൂ. ഞാൻ പറയുന്നത് അനുസരിക്കുന്നോ ഇല്ലയോ എന്നതിനെ ആശ്രയിച്ച് നിങ്ങളുടെ ഭാവി യെക്കുറിച്ചും ഞാൻ പറയാം."

അത്രയും പറഞ്ഞിട്ട് ബാല്യ ഒരു കല്ല് അരുവിയിലേക്ക് ഇട്ടു. കല്ല് വെള്ളത്തിൽ താണുപോയി. പക്ഷേ പിന്നിട്ട മരക്കൊമ്പ് ആദ്യം മുങ്ങിപ്പോയെങ്കിലും പിന്നീട് ജലത്തിനു മുകളിൽ പൊങ്ങിക്കിടന്നു.

ബാല്യ തുടർന്നു.

"കണ്ടല്ലോ. നിങ്ങൾ എന്റെ നായ്ക്കളെ ഭൂമിയിലേക്ക് കൊണ്ടുവരാൻ സമ്മതിച്ചില്ലെങ്കിൽ നിങ്ങളുടെ ജീവിതവും ആ കല്ലുപോലെയാകും. നിങ്ങൾ മരിച്ചുകഴിഞ്ഞാൽ ഭൂമിക്കടിയിൽ പോകുകയും അവിടെ കിടന്ന് മണ്ണായി മാറുകയും ചെയ്യും. അത്രതന്നെ. പക്ഷേ എന്നെ അനു സരിച്ചാൽ ആ മരക്കമ്പുപോലെ മരണത്തിനശേഷവും ഉയർന്നവരും; ജീവിക്കുകയും ചെയ്യാം. എന്താ വേണ്ടതെന്ന് മണ്ടന്മാരായ നിങ്ങൾക്ക തീരുമാനിക്കാം."

അവർ കുറച്ചുനേരം ആലോചിച്ചതിനു പിന്നെ പറഞ്ഞു:

"എന്തായാലും ഞങ്ങൾ നിങ്ങളുടെ നായ്ക്കളെ ഭൂമിയിലേക്ക് കൊണ്ടു വരാൻ സമ്മതിക്കുകയില്ല."

"ഓ, അങ്ങനെയോ. എങ്കിൽ ഞാൻ തന്നെ അവറ്റയെ അവിടെ കൊണ്ടുവരാം."

അങ്ങനെ ബാല്യ തന്നെ ആ നായ്ക്കളെ (അവ വാസ്തവത്തിൽ പാമ്പു കളായിരുന്നു എന്ന് നേരത്തെ പറഞ്ഞിരുന്നല്ലോ.) ഭൂമിയിലേക്ക് കൊണ്ടുവന്നു. ബാല്യ ഭൂമിയിലേക്ക് വന്നത് മൂന്ന് പാമ്പുകളെയും തന്റെ

ദേഹത്തിൽ എടുത്തുകൊണ്ടാണ്. - ഒന്ന് ഇടതുകയ്യിൽ ചുറ്റിക്കിടന്നു; മറ്റൊന്ന് വലതുകയ്യിൽ; മൂന്നാമത്തേത് ശിവന്റെ കഴുത്തിൽ കിടക്കുന്ന പാമ്പിനെ നിങ്ങൾ ചിത്രങ്ങളിൽ കണ്ടിട്ടില്ലേ അതുപോലെ കഴുത്തിൽ ചുറ്റി.

ഭൂമിയിൽ അങ്ങനെ പാമ്പുകളുമായി എത്തിയ ബാല്യ കറുത്തവരോട് വീണ്ടും പറഞ്ഞു:

"ഹേ, കറുത്തവരെ കേട്ടോളൂ. നിങ്ങളുടെ ഉയിർത്തെഴുനേൽക്കാ നുള്ള സാധ്യത നിങ്ങൾ എന്നെന്നേക്കുമായി നഷ്ടപ്പെടുത്തിക്കളഞ്ഞു. - വിഡ്ഢികൾ, ഭീരുക്കൾ. ഞാൻ പറഞ്ഞത് അനുസരിച്ചിരുന്നുവെങ്കിൽ നിങ്ങൾക്കും എന്നെപ്പോലെ ഇടയ്ക്കിടയ്ക്ക് മരിക്കാനും പിന്നീട് പുനർജീവി ക്കാനും കഴിയുമായിരുന്നു. ഇനി നിങ്ങൾ കറുത്തവരായി ജീവിക്കുകയും മരിച്ചുകഴിഞ്ഞാൽ മണ്ണിനോട് ചേർന്ന് എല്യമ്പുകൾ മാത്രം ബാക്കിയായി തീരുകയും ചെയ്യും."

ബാല്യ കോപിഷ്ടനായിരുന്നു. അതുപോലെ ആ പാമ്പുകളും. പക്ഷേ, ആ സമയത്ത് ബാല്യവും പാമ്പുകളും ക്രമേണ അപ്രത്യക്ഷമാകുന്നത് അവർ കണ്ടു. അവർ ഒരു കാര്യം തീർച്ചയാക്കി. ആ പാമ്പുകൾ അപകടകാരികളാണ്. അവയെ ഭൂമിയിൽ എവിടെ കണ്ടാലും ഉടനെ തീർച്ചയായും കൊല്ലണം. അങ്ങനെ ഭൂമിയിൽ എവിടെ പാമ്പുകളെ കണ്ടാലും കറുത്തവർ അവയെ കൊന്നിരിക്കും. എങ്കിലും ബാല്യ വീണ്ടും വീണ്ടും പാമ്പുകളെ ഭൂമിയിലേക്ക് കടത്തിവിടുന്നു എന്ന് അവർ വിശ്വ സിക്കുന്നു. കറുത്തവർ ഉള്ളേടത്തോളം കാലം പാമ്പുകളും ഉണ്ടായിരി ക്കുമെന്നും.

തീയുണ്ടാക്കാൻ
കണ്ടുപിടിച്ചതിന്റ ചരിത്രം

ഈ കഥയ്ക്ക് ചരിത്രം എന്ന തലക്കെട്ട് നൽകിയിട്ടുണ്ടെങ്കി ലും ഇതൊരു വാസ്തവികമായ ചരിത്രമാണെന്ന് തെറ്റി ദ്ധരിക്കെണ്ട. ഓസ്ട്രേല്യയിലെ ആദിവാസികളുടെ ഇടയിൽ പ്രചാര ത്തിലുണ്ടായിരുന്ന ഒരു കഥ എന്നുമാത്രം മനസിലാക്കണം. ഇത്തരം കഥകളിലെ ഒരു പ്രത്യേകത എല്ലാ ജീവജാലങ്ങളും മനുഷ്യരെപ്പോലെ മനുഷ്യരോടൊപ്പം അവയിൽ സ്ഥാനം പിടിക്കുന്ന എന്നുള്ളതാണ്. ഈ കഥ നടന്നത് 'ബ്യൂട്ടല' എന്ന കൊക്കും 'കങ്കാര' എന്ന എലിയും കല്യാണം കഴിച്ച് ഒന്നിച്ച് ജീവിച്ചിരുന്ന കാലത്തായിരുന്നു. അന്ന് തീ ആർക്കും അറിയാവുന്ന ഒന്നായിരുന്നില്ല. അതുകൊണ്ട് അവർക്ക് ഭക്ഷണം അങ്ങനെതന്നെ പച്ചയായിട്ട് അല്ലെങ്കിൽ വെയിലത്തിട്ട് ഉണക്കിയെടുത്ത് കഴിക്കണമായിരുന്നു.- മാംസമായാലും മീനായാലും എല്ലാം അങ്ങനെതന്നെ കഴിക്കുകയല്ലാതെ മറ്റമാർഗമൊന്നും ഇല്ലാ യിരുന്നു.

ഒരു ദിവസം ബ്യൂട്ടല തന്റെ കയ്യിൽ കിട്ടിയ രണ്ട് മരക്കൊമ്പുകൾ വെറുതെ ഉരച്ചുകൊണ്ടിരുന്നപ്പോൾ പെട്ടെന്ന് ഒരു ചെറിയപ്രകാശവും അതോടൊപ്പം അൽപം പുകയും കണ്ടു. നമുക്ക് ബ്യൂട്ടല കണ്ട പ്രകാ ശത്തെ തീപ്പൊരി എന്നു പറയാം. കാരണം അത് വാസ്തവത്തിൽ തീപ്പൊരി തന്നെ ആയിരുന്നു.

"ഗ്രൂ ഗ്രൂ, നോക്ക്. ഇതുകണ്ടോ. ഞാനീ മരക്കമ്പുകൾ പരസ്പരം ഉരസുമ്പോൾ എന്താണ് സംഭവിക്കുന്നതെന്ന് നോക്ക്."ബ്യൂട്ടല ഉത്സാഹ ത്തോടെ പറഞ്ഞു.

"കാണട്ടെ" ഇങ്കൂ പറഞ്ഞു. ബ്യൂട്ടല വീണ്ടും മരക്കമ്പുകൾ ഉരച്ച കാണിച്ചു. അതുകണ്ട ഇങ്കൂവും തികഞ്ഞ ആശ്ചര്യത്തോടെ പ്രതികരിച്ചു.

"അതേയതെ. ഇത് തീപ്പൊരി തന്നെ സംശയമില്ല."

അവർ രണ്ടുപേരും ഏതാണ്ട് ഒന്നിച്ചതന്നെ തികഞ്ഞ ആശ്ചര്യ ത്തോടെയും സന്തോഷത്തോടെയും പറഞ്ഞു.

"നമുക്ക് ഇങ്ങനെ നമുക്കായി തീ ഉണ്ടാക്കാൻ കഴിയുമെങ്കിൽ എത്ര നന്നായിരുന്നു. ഭക്ഷണം തീയിൽ വേവിച്ച കഴിക്കാം. വെയിലിന് കാത്തി രിക്കാതെ മാംസവും മീനുമൊക്കെ തീയിൽ പൊള്ളിച്ച കഴിച്ചാൽ എത്ര സ്വാദായിരിക്കും. അല്ലേ ബ്യൂട്ടല."

"അതേയതെ."

"നമുക്ക് ഒരു കാര്യം ചെയ്യാം. നമ്മുടെ കയ്യിൽ കിട്ടിയ ഈ മരക്ക മ്പുകൾ നമുക്ക് സൂക്ഷിച്ച വെയ്ക്കണം. നീ ഇതിൽ ഒരു കൊമ്പ് ഉടയ്ക്ക്. എന്നിട്ട് അതിന്റെ അറ്റങ്ങൾ ഉരച്ചനോക്ക്"

ബ്യൂട്ടല അങ്ങനെ ചെയ്തു. അപ്പോഴും തീപ്പൊരികൾ ഉണ്ടായി. അതുകണ്ട് ഇങ്കൂർ പറഞ്ഞു.:

"നോക്കൂ, നമുക്ക് ഈ കമ്പുകൾ ചെറിയ ചെറിയ കഷ്ണങ്ങളാക്കി ഉടച്ച് നമ്മൾ യാത്രയ്ക്ക് പോകുമ്പോൾ സഞ്ചിയിൽ ഭദ്രമായി സൂക്ഷിക്കാം. അങ്ങനെ ചെറിയ കമ്പുകളായി സൂക്ഷിക്കുമ്പോൾ വളരെ കൂടുതൽ കാലം ഉപയോഗിക്കാമെന്ന് മാത്രമല്ല മറ്റാരും കാണാതെ നമുക്ക് ഈ രഹസ്യം സൂക്ഷിക്കാനും കഴിയും"

"അതേയതെ. അപ്പോൾ നമുക്കുമാത്രും നല്ല രുചിയുള്ള ഭക്ഷണം ഉണ്ടാക്കിക്കഴിക്കാൻ കഴിയും അല്ലേ?

"അതേ, ഈ പുതിയ കണ്ടുപിടുത്തം നമ്മുടെ മാത്രും സ്വകാര്യമായി രിക്കട്ടെ. അതാ നല്ലത്."

അങ്ങനെയാണ് ഓസ്ട്രേല്യയിലെ ആദിവാസികൾ സ്വന്തമായി തീയുണ്ടാക്കാൻ പഠിച്ചത്. ആദ്യം ആ അറിവ് ബ്യൂട്ടല-ഇങ്കൂർ ദമ്പതികൾ ക്ക്മാത്രും കിട്ടിയ ഒരു സ്വകാര്യ അറിവായിരുന്നു. പക്ഷേ അത് അധികം താമസിയാതെ എല്ലാ ജീവികൾക്കും പ്രയോജനകരമായ ഒരറിവായി പകർന്നുകിട്ടിയത് എങ്ങനെ എന്നറിയണ്ടേ?

~ഒരു ദിവസം ബ്യൂട്ടലയ്ക്കും ഇങ്കൂറിനും കിട്ടിയ മത്സ്യം അവർ തീയുണ്ടാ ക്കി അതിൽ വേവിച്ചെടുത്തു. അങ്ങനെ വേവിച്ചെടുത്ത മത്സ്യം അവർ

ആസ്വദിച്ച് കഴിച്ചുകൊണ്ടിരുന്ന സമയത്ത് അതുവഴി വന്ന രണ്ടുമൂന്ന് കറുത്തവർ അത് കാണാനിടയായി. അവർ ചോദിച്ചു:

"ഹേ ബ്യുട്ടലാ നിങ്ങളെന്താണ് കഴിക്കുന്നത്. കണ്ടിട്ട് നിങ്ങൾ മീൻ ഏതോ പ്രത്യേകരീതിയിൽ പാചകം ചെയ്തതുപോലെയുണ്ടല്ലോ."

"ഹേ. അങ്ങനെയൊന്നുമില്ല. വെയിലത്തിട്ടുണക്കി. അത്രതന്നെ."

"പക്ഷേ, കണ്ടിട്ട് അങ്ങനെയല്ലല്ലോ തോന്നുന്നത്. ഒരു തുണ്ട് ഞങ്ങൾക്കും താ. നിങ്ങടെ മീനിന്റെ രുചി എങ്ങനെ ഉണ്ടെന്ന് നോക്കട്ടെ."

മറ്റപോംവഴി ഇല്ലാതെ ബ്യുട്ടല ഒരു തുണ്ട് മീൻ അവർക്ക് കൊടുത്തു. ആ മീൻ കഷ്ണം കഴിച്ചിട്ട് അവർ വീണ്ടും പറഞ്ഞു:

"ഇതിന് നല്ല സ്വാദ്; വെയിലത്ത് ഉണക്കിയ മീനിനെക്കാൾ നല്ല സ്വാദ്. പറ ബ്യുട്ടല, നിങ്ങളെങ്ങിനെ ഇത് ഇത്ര സ്വാദുള്ളതാക്കി."

"ചെ. വെറുതെ വെയിലത്ത് ഉണക്കിയെന്ന് മാത്രം. വെയിലിന് നല്ല ചൂടായിരുന്നു. ഒരു പക്ഷേ അതുകൊണ്ടായിരിക്കാം" ബ്യുട്ടല പറഞ്ഞു.

"ഞങ്ങളിത് ഉണക്കിയപ്പോൾ പതിവില്ലും കൂടിയ നല്ല വെലിലായി രുന്നു. ഒരു പക്ഷേ, അതുകൊണ്ടായിരിക്കും സ്വാദ് കൂടിയത്." ഇണ്ടൂറും ചേർന്നു പറഞ്ഞു.

കറുത്തവർ അവിടെനിന്ന് പോയെങ്കിലും ബ്യുട്ടല പറഞ്ഞത് സത്യമല്ലെന്ന് അവർക്കു തോന്നി. അതുകൊണ്ട് അവർ ബ്യുട്ടലയേയും ഇണ്ടൂറിനെയും രഹസ്യമായി നിരീക്ഷിക്കാൻ ബുല്ല എന്ന മൂങ്ങയേയും ക്വാറി എന്ന തത്തയേയും ചുമതലപ്പെടുത്തി. അവർ രണ്ടുപേരും അവരുടെ ചുമതല കൃത്യമായി ചെയ്യുകയും ചെയ്തു.

അതിനുശേഷം ബ്യുട്ടലയും ഇണ്ടൂറും മീൻപിടിക്കാൻ പോകുമ്പോ ഴൊക്കെ ബുല്ലവും ക്വാറിയും അവരെ അവർ അറിയാതെ പിന്തുടർന്നു. അവർക്ക് മീൻ കിട്ടിയ ദിവസങ്ങളിലൊക്കെ അവർ മീനുംകൊണ്ട് ബിംഗാവിൻ കുറ്റിക്കാട്ടിൽ പോകുന്നതും, കരിയില കൂട്ടിയിട്ട് മീൻ അതിന്റെ പുറത്തിടുന്നതും പിന്നീട് ഏതോ കൂട്ടിയുരക്കുന്നതും അവർ കണ്ടു. കമ്പുകൾ ഉരയുമ്പോൾ തീപ്പൊരി ഉണ്ടാകുന്നതും കരിയില കത്തി ചാമ്പലാകുന്നതും അവർക്ക് തികഞ്ഞ അതിശയമായിത്തോ ന്നി. അങ്ങനെ കരിയില ചാമ്പലായതിനുശേഷം അവർ മീനെടുത്ത് ആസ്വദിച്ചു തിന്നുന്നതുമെല്ലാം അവർ കറുത്തവരൾപ്പെടെ എല്ലാ ഗ്രാ മവാസികളോട്ടും വിശദമായി പറഞ്ഞു. ആ വാർത്ത ഗ്രാമത്തിൽ വലിയ

ചർച്ചാവിഷയമായി. പക്ഷേ, ബ്യൂട്ടലയുടേയും ഗ്രൂററിന്റേയും കയ്യിലുണ്ടാ
യിരുന്ന കമ്പുകൾ എവിടെനിന്ന് കിട്ടിയെന്നോ അവ എന്തുതരം കമ്പു
കളാണെന്നോ അവർക്ക് മനസിലാക്കാൻ കഴിഞ്ഞില്ല. അതുകൊണ്ട്
ആ കമ്പുകളെക്കുറിച്ച് കൂടുതൽ അറിയാൻ എല്ലാവരും ആഗ്രഹിച്ചു. ആ
രഹസ്യം ചോർത്തിയെടുക്കാൻ അവരുടെ മുമ്പിൽ ഒരേഒരു മാർഗമേ
ഉണ്ടായിരുന്നുള്ളൂ. പ്രത്യേകിച്ച് ബ്യൂട്ടലയും ഗ്രൂറും അതിന്റെ സത്യാവ
സ്ഥ അവരോട് പറയുകയില്ലെന്ന് ഉറപ്പവന്ന സാഹചര്യത്തിൽ. പിന്നെ
എന്താണ് ചെയ്യുക? അവരുടെ തീക്ഷ്ണമായ ആലോചനയുടെ ഫലമാ
യിരുന്ന അവർ ഗ്രാമത്തിൽ സംഘടിപ്പിച്ച വലിയ സംഗീത നാടക
നൃത്തമേള.

അന്നുവരെ ആരും കണ്ടിട്ടില്ലാത്തത്ര വിപുലമായി ഒരാഴ്ച നീണ്ടു
നിൽക്കുന്ന ഒരു സംഗീത നാടക നൃത്തമേള സംഘടിപ്പിക്കാൻ ഗ്രാമ
വാസികൾ തീർച്ചയാക്കി. ചെറുപ്പക്കാരെ സംബന്ധിച്ച് അത്തരം ഒരു
പരിപാടി തികച്ചും സന്തോഷകരമായ ഒരു പുതിയ അനുഭവമായിരു
ന്നുവെന്ന് പ്രത്യേകിച്ച് പറയേണ്ടതില്ലല്ലോ. മേളയിൽ പങ്കെടുക്കാൻ
പല അയൽഗ്രാമവാസികളും പ്രത്യേകിച്ച് കലാകാരന്മാരും കലാ
കാരികളും കലാരസികരും എത്തിച്ചേർന്നിരുന്നു. ആ ഉത്സവത്തിന്റെ
ഉദ്ദേശം എന്തായിരുന്നു എന്ന് നേരത്തെ പറഞ്ഞതാണല്ലോ. ബ്യൂട്ടിലയും
ഗ്രൂറും ഉത്സവത്തിൽ പങ്കെടുക്കുമെന്നത് അവർക്ക് അറിയാമായിരു
ന്നു. പക്ഷേ, പ്രേക്ഷകരായി മാത്രം. അതുകൊണ്ടുതന്നെ ഉത്സവത്തിലെ
പരിപാടികൾ കണ്ട് അവർ സന്തോഷിച്ച് മതിമറന്ന് തുള്ളിച്ചാട്ടമെന്നും
അങ്ങനെ സ്വയം മറന്ന് ഉത്സവത്തിൽ ലയിച്ചചേരുന്ന സമയത്ത്
ഗ്രൂററിന്റെ യാത്രാസഞ്ചി (തോൾ സഞ്ചി) യിൽനിന്ന് ആ കമ്പുകൾ
തട്ടിയെടുക്കുക എന്നതായിരുന്നു അവരുടെ പദ്ധതി. ബീര എന്ന പെണ്‍
ന്തിനെയും അതിനുവേണ്ടി നിയോഗിച്ചു. ബ്യൂട്ടലയേയും ഗ്രൂററിനെയും
സൂത്രത്തിൽ പിന്തുടർന്ന് സഞ്ചിയിൽ നിന്നും കമ്പുകൾ തട്ടിയെടുക്കണ
മെന്ന് ബീരയ്ക്ക് നിർദ്ദേശം നൽകിയിരുന്നു.

ആ ഉത്സവം ആരംഭിച്ച് അൽപം കഴിഞ്ഞപ്പോഴേക്കും ബ്യൂട്ടലയും
ഗ്രൂറും പ്രതീക്ഷിച്ചതുപോലെ ഉത്സവം കാണാൻ എത്തി. അവർ
ഇരുന്നതിന് തൊട്ടടുത്തായി ബീരയും ചെന്നിരുന്നു.

"കൂട്ടരെ, എനിക്ക് നല്ല സുഖമില്ല. ഒരു ചെറിയ പനിയുടെ ലക്ഷണമാ
ണെന്ന് തോന്നുന്നു. അതുകൊണ്ട് ഞാനും ഇവിടെ നിങ്ങളുടെ അടുത്ത്
ഇരിക്കാം. വിരോധമില്ലല്ലോ." ബീര ബ്യൂട്ടലയോട്ടും ഗ്രൂററിനോട്ടുമായി
പറഞ്ഞു.

"ഹേ. നീ ഇവിടെ ഇരുന്നോ. ഞങ്ങൾക്കൊരു വിഷമവുമില്ല." ഗ്രണ്ടുറാണ് അത് പറഞ്ഞത്. ബീര അവശത നടിച്ച് അവരുടെ അടുത്ത് ഇരുന്നു.

ഉത്സവത്തിന്റെ ഭാഗമായി നടന്ന കൊമാളികളുടെ പ്രകടനം കണ്ട് ഗ്രണ്ടുർ ചിരിച്ചുകൊണ്ട് ചാട്ടുകയും കയ്യടിക്കുകയും ചെയ്തതിനി ടക്ക് തോൾസഞ്ചിയുടെ വാറ് തോളത്തുനിന്ന് തെന്നി താഴെ വീണു. അതുകണ്ട ബീര സഞ്ചി എടുക്കാൻ ഒന്ന് ശ്രമിച്ചുവെങ്കിലും ബൃട്ടലയും സഞ്ചിയുടെ വാറ് തെന്നിവീണതുകണ്ടതുകൊണ്ട് സാധിച്ചില്ല.

"ഗ്രണ്ടുർ, നീ നമ്മുടെ സഞ്ചി ശ്രദ്ധിച്ചുപിടിക്കണം. കേട്ടോ. ഇതാ ഈ വാറ് നിന്റെ തോളിൽനിന്ന് തെന്നി വീണു."

"ഹൊ. ഞാൻ ഇനി കൂടുതൽ ശ്രദ്ധിച്ചുകൊള്ളാം." അവൾ വാറ് വീണ്ടും ഭദ്രമായി തോളിൽത്തന്നെയിട്ടു. പക്ഷേ, പിന്നീട് കങ്കാര എലിയും കൂട്ടരും ചേർന്ന് നടത്തിയ ഹാസ്യപരിപാടികൾ കണ്ട് അവർ രണ്ടുപേരും സ്വയം മറന്ന് തുള്ളിച്ചാട്ടുകയും കയ്യടിക്കുകയും ചെയ്ത സമയത്ത് ഗ്രണ്ടുറിന്റെ തോളത്തുനിന്ന് സഞ്ചി താഴെ വീണത് ബീര മാത്രം ശ്രദ്ധിച്ചു. ആ അവസരം മുതലെടുത്ത് ബീര സഞ്ചി എടു ത്തുകൊണ്ട് ഓടാൻ തുടങ്ങി. കുറച്ച നിമിഷങ്ങൾക്കുശേഷം മാത്രമാണ് ഗ്രണ്ടുറിന് സഞ്ചി നഷ്ടപ്പെട്ടവിവരം മനസിലായത്. ബീര ഓടിപ്പോകു ന്നത് കണ്ടപ്പോൾ അവൻ തന്റെ സഞ്ചിയും കൊണ്ട് കടന്നുകളയാൻ ശ്രമിക്കുകയാണെന്ന് ഗ്രണ്ടുർ സംശയിച്ചു. ബൃട്ടലയും ഗ്രണ്ടുറും ബീരയുടെ പുറകെ ഓടാൻ ശ്രമിച്ചു. എങ്കിലും ബീരയുടെ വേഗത്തിനൊപ്പം ഓടാൻ അവർക്ക് കഴിയുമായിരുന്നില്ല.

ബീര കുറേ ദൂരം ഓടിയതിനുശേഷം ഒരു ഉറപ്പുള്ള സ്ഥലത്ത് ഗ്രണ്ടുറിന്റെ സഞ്ചി തുറന്ന് അതിലുണ്ടായിരുന്ന കമ്പുകൾ വെളിയി ലെടുത്തു. പിന്നീട് കുറച്ച് കരിയില കൂട്ടിയിട്ട് കമ്പുകൾ ഉരച്ച് തീയു ണ്ടാക്കുകയും കരിയിലക്ക് തീ പിടിപ്പിക്കുകയും ചെയ്തു. ആ തീ കണ്ട ഗ്രാമവാസികൾ ഒന്നടങ്കം ഓടിയെത്തി തീയ്ക്കു ചുറ്റും നിറഞ്ഞ സന്തോഷ ത്തോടെ നൃത്തമാടി. ആ ഗ്രാമത്തിലേയും അടുത്ത ഗ്രാമങ്ങളിൽനിന്നും ഉത്സവത്തിൽ പങ്കെടുക്കാൻ എത്തിയവരുമായ എല്ലാ കറുത്തവരും, കങ്കാര എലികളും, പരുന്തുകളും, കൊക്കുകളും എന്നുവേണ്ട എല്ലാ ഗോത്രങ്ങളിൽ പെട്ടവരും ആ സന്തോഷത്തിൽ പങ്കുചേർന്നു; കാരണം തീ എല്ലാവർക്കും സ്വന്തം എന്ന് അഭിമാനിക്കാൻ കിട്ടിയ ഒരപൂർവ സന്ദർഭമായിരുന്നു അത് എന്നതു തന്നെ.

ഗണ്ടർ എന്ന ചികിത്സക

ഗണ്ടർ എന്ന പ്രസിദ്ധിയാർജിച്ച ചികിത്സക (ഡോക്ടർ) അവരുടെ മകന്റെയും മകന്റെ രണ്ട് ഭാര്യമാരുടേയും കൂടെ താമസിച്ചിരുന്ന കാലം; ഡോക്ടരുടെ മകന്റെ പേര് 'ഗുണ'; ഭാര്യമാർ 'ഗുഡി' എന്ന ചുവന്ന അരണയും 'ബീരു'എന്ന മുള്ളൻ അരണയും. അന്നൊരുദിവസം ഭാര്യമാർ ഗുണയെ ദ്വേഷ്യം പിടിപ്പിക്കുന്ന തരത്തിൽ ഏതോ ഒരു പ്രവർ ത്തി ചെയ്തു. അടി വാങ്ങി അവർ രണ്ടുപേരും വീടിന്റെ ഒരു കോണിൽ ചെന്നിരുന്നു. അങ്ങനെ ഇരിക്കുമ്പോൾ ഗുണ പറഞ്ഞു:

"ചേച്ചീ, നമ്മളിങ്ങനെ അടികൊണ്ട് ജീവിക്കണ്ടവരാണോ. കാര്യ മൊക്കെ ശരിയാ; ഗുഡി നമ്മുടെ ഭർത്താവാണ്. എന്നാലും ഇങ്ങനെ തല്ലാമോ?"

"അതേടി, ഗുഡീ. ഇതിങ്ങനെ വിട്ടാൽ ശരിയാകത്തില്ല. നമുക്കും ഗുണയെ ഒരു പാഠം പഠിപ്പിക്കണം."

"പക്ഷേ എങ്ങനെ ചേച്ചീ?"

"അത് നമുക്ക് നന്നായി ആലോചിച്ച് ചെയ്യണം. ഈ ഗുണയെ കൊന്നെങ്കിലേ നമുക്ക് സമാധാനമായി ജീവിക്കാൻ സാധിക്കൂ എന്നാ തോന്നുന്നത്"

കുറച്ച നേരത്തെ ആലോചനയ്ക്കശേഷം അവർ ഒരു പദ്ധതി തയാറാക്കി. പദ്ധതി ഭർത്താവിനെ കൊല്ലാൻ തന്നെയായിരുന്നു. രണ്ടുപേരും അടുത്തുള്ള അരുവിക്കരയിൽ മണലും മണ്ണുമൊക്കെ മാന്തി സാമാന്യം വലിയ ഒരു കുഴിയുണ്ടാക്കി. പിന്നീട് ആ കുഴിയിൽ അരുവിയിലെ വെള്ളം ഒഴിച്ച് കുഴി നിറച്ചു. അതിനുമുകളിൽ ഇലകൾ സമൃദ്ധിയായുള്ള ചെടികളുടെ കമ്പുകളും പുല്ലുംമറ്റും ഇട്ടുമൂടി കണ്ടാൽ

അവിടെ അങ്ങനെ ഒരു കുഴി ഉണ്ടെന്ന് തോന്നാത്തവിധം വൃത്തിയാ
യിത്തന്നെ കുഴി മൂടി.

"ഹൊ. എല്ലാം ശരിയായിട്ടുണ്ട്. ഇനി നമുക്ക് മടങ്ങാം. അല്ലേ ചേച്ചി"
ഗുഡി ചോദിച്ചു.

"അതേ. വാ, നമുക്ക് വീട്ടിലേക്ക് പോകാം. എല്ലാം നമ്മുടെ പ്ലാൻ
അനുസരിച്ച്; കേട്ടോ."

അവർ രണ്ടുപേരും തിരികെ വീട്ടിലേക്ക് പോയി. ഗുണ വീട്ടില്യുണ്ടാ
യിരുന്നു. അവർ ഗുണയോട് സ്നേഹം നടിച്ച് പെരുമാറി. സന്തോഷം
നടിച്ച് സംസാരിച്ചു.

"ഗുണാ, സ്നേഹമുള്ള ഭർത്താവെ. നിനക്കറിയാമോ, ഞങ്ങളിന്ന്
അരുവിക്കരയിൽ വെറുതെ നടക്കാൻ പോയിരുന്നു, എന്തു രസമായിരു
ന്നെന്നോ. അവിടെ അങ്ങനെ ചുറ്റിനടക്കാൻ നല്ല രസമാ. നമുക്കെല്ലാ
വർക്കും ഒന്നിച്ച് നടക്കാൻ പോകണം; നല്ലതുപോലെ അടിച്ചുപൊളിച്ച്
നടക്കാം. എന്താ, നീ വരില്ലേ?" ബീരു ചോദിച്ചു.

"അതെയതെ, നല്ല രസമായിരുന്നു. ങാ, പിന്നെ ഒരു കാര്യം കൂടെ.
ഞങ്ങളവിടെ ഒരെലിത്താവളം കണ്ടു. അതിൽ കുറെ കുട്ടി എലികളും
ഉണ്ടായിരുന്നു." ഗുഡി കൂട്ടിച്ചേർത്തു.

ബീരു ഇടയ്ക്ക് കയറിപ്പറഞ്ഞു:

"അതേ ഗുണാ, ഞാൻ പറയാൻ മറന്നു പോയി. നീയും കൂടെ
ഞങ്ങളുടെ കൂടെ വന്നാൽ ആ എലിത്താവളത്തിൽനിന്ന് നമുക്ക്
രണ്ടുമൂന്ന് കുഞ്ഞെലികളെയെങ്കിലും പിടിക്കാം. നിനക്ക് അതിനുള്ള
സാമർഥ്യമുണ്ട്. സംശയമില്ല. എന്താ, നമുക്ക പോകാം."

"അതേയതെ, വേഗം വാ. നമുക്ക് അവറ്റയെ കയ്യോടെ പിടിക്കാം.
വാ. ഒട്ടും താമസിക്കാതെ ഗുണ അരുവിക്കരയിലേക്ക് തിരിച്ച. ബീരുവും
ഗുഡിയും ഗുണയോടൊപ്പം കൂടി. അരുവിക്കരയിലെത്തിയതും ഭാര്യമാർ
രണ്ടുപേരും ഒരേ ശബ്ദത്തിൽ ഒന്നിച്ചപറഞ്ഞു:

"ഗുണാ, ദാ നോക്ക്. അവിടെ ആ ഇലകളും പുല്ലുമൊക്കെ കാണുന്നി
ല്ലേ അവിടെയാണ് ആ എലികളുടെ താവളം."

"ഓ. അങ്ങിനയയോ, നോക്കട്ടെ."

ഗുണ കൂടുതലൊന്നും ആലോചിക്കാതെ ആ ഇലകളുടെ നടുവിലേക്ക്
കുതിച്ച ചാടി. അവിടെ വീണപ്പോഴാണ് ഗുണക്ക് മനസിലായത് - താൻ

വഞ്ചിക്കപ്പെട്ടു എന്ന്. അവൻ ഇലകൾക്കിടയിൽക്കൂടി വെള്ളത്തിലേക്ക് വീണു. നീന്തൽ നന്നായി വശമില്ലാതിരുന്ന ഗുണ ഒരുവിധത്തിൽ ഒരു ചെറിയ കമ്പിൽ കടിച്ച് തൂങ്ങിക്കിടന്നു. പക്ഷേ, വെളിയിൽ വരാൻ ഒരു മാർഗവും കണ്ടില്ല. കടിച്ച തൂങ്ങിക്കിടക്കുമ്പോൾ ഉച്ചത്തിൽ ഒന്ന് കരയാനും കഴിയുകയില്ലല്ലോ. ഗുണ ശരിക്കും തങ്ങളുടെ കെണിയിൽ പെട്ട് മരിച്ചുകാണും എന്ന് വിശ്വസിച്ച് ബീരുവും ഗുഡിയും സന്തോഷ ത്തോടെ വീട്ടിലേക്ക് മടങ്ങി.

നേരം സന്ധ്യയായിട്ടും ഗുണയെ കാണാത്തതുകൊണ്ട് ഗുണ്ടൂർ തിരക്കി:

"മക്കളേ, എന്റെ മോൻ എവിടെ പോയതാ. അവനെ കണ്ടില്ലല്ലോ. നിങ്ങൾക്കറിയാമോ അവൻ എവിടെ പോയതാണെന്ന്?"

"ഇല്ലമ്മേ, ഞങ്ങളോടൊന്നും പറയാതെയാ പോയത്."അവർ ഒന്നി ച്ചാണ് മറുപടി പറഞ്ഞത്. അങ്ങനെ ആ രാത്രിയും അടുത്ത ദിവസവും ഗുണയെ കാണാതായപ്പോൾ ഗുണ്ടൂറിന് സംശയം തോന്നിത്തുടങ്ങി. അവന് വല്ല അപകടവും സംഭവിച്ചിരിക്കുമോ എന്ന് അവർ വ്യാകുല പ്പെട്ടു. അവർ സ്വന്തം നിലയിൽ അന്വേഷിക്കാൻ തുടങ്ങി. അപ്രതീക്ഷി തമായ തിരോധാനം ഏതമ്മയ്ക്കും മനഃപ്രയാസമുണ്ടാക്കുമല്ലോ. പക്ഷേ അവന്റെ ഭാര്യമാർക്ക് ഒരാകാംക്ഷയും ഇല്ലാതിരുന്നത് എന്തുകൊ ണ്ടാണ് എന്നും അവർ ആലോചിക്കാൻ തുടങ്ങി. അങ്ങനെ മകനെ പലയിടത്തും തിരക്കി അവർ ആ അരുവിക്കരയിലും എത്തി. മകന്റെ കാൽപ്പാടുകൾ ആ അമ്മയ്ക്ക് തിരിച്ചറിയാൻ കഴിയുമായിരുന്നു. അങ്ങനെ കാൽപ്പാടുകൾ നോക്കി പിന്തുടർന്ന് അവർ ആ ചതിക്കുഴിയുടെ അട ത്തെത്തി. അവിടെയെല്ലാം ശ്രദ്ധിച്ച്പരിശോധിച്ചപ്പോൾ അവർക്ക് ഒരു കാര്യം വ്യക്തമായി. മകന്റേതുൾപ്പെടെ മൂന്ന് പേരുടെ കാൽപ്പാടുകൾ അവിടേയ്ക്ക് പോയിരുന്നു; പക്ഷേ, തിരികെ പോയിരുന്നത് രണ്ടുപേർ മാത്രവും. സംശയരഹിതമായി മകൻ വഞ്ചിക്കപ്പെട്ടതാണെന്ന് അമ്മ മനസിലാക്കി. കൂടുതൽ തിരഞ്ഞപ്പോൾ കുഴിയിലെ വെള്ളത്തിൽ കടിച്ച് തൂങ്ങിക്കിടന്നിരുന്ന മകനെ കണ്ടെത്തി. അമ്മ വളരെ ബുദ്ധിമുട്ടി മകനെ വെള്ളത്തിൽനിന്ന് വെളിയിലേക്ക് വലിച്ചിട്ടു. പിന്നീട് പല ശുശ്രൂഷകളും (ചികിത്സകളും) നടത്തിയതിന്റെ ഫലമായി മകനെ മരണത്തിൽനിന്ന് രക്ഷിച്ചു. പക്ഷേ, തന്റെ മകനെ അങ്ങനെ ചതിച്ചുകൊല്ലാൻ ശ്രമിച്ച മരുമക്കളോട് അടക്കാനാകാത്ത പകയും വിദ്വേഷവും തോന്നിയത് ന്യായമല്ലെന്ന് പറയാനാകില്ലല്ലോ.

"എടീ മത്സമക്കളേ, നിങ്ങൾക്കിനി ഭർത്താവ് വേണ്ട. ഞാനെന്റെ മകനെ കണ്ട്. രക്ഷിച്ച്. പക്ഷേ, അവൻ നിങ്ങളാഗ്രഹിച്ചതുപോലെ മരിച്ചെന്നതന്നെ വിശ്വസിച്ച് നിങ്ങൾ ജീവിച്ചോ." അവൾ ഉച്ചത്തിൽ ആക്രോശിച്ചു. പിന്നിട് മത്സമക്കൾ അറിയാത്തവിധം അവർ മകനെ അവരുടെ പക്കലുണ്ടായിരുന്ന ഒരു പ്രത്യേകതരം സഞ്ചിയിൽ ഒളിപ്പിച്ചു. പിന്നീട് മകനോട് സൗമ്യമായി പറഞ്ഞു:

"എന്റെ മകനേ, നിന്നെ നിന്റെ ഭാര്യമാർ ചതിക്കുകയായിരുന്നു. അതുകൊണ്ട് ഇനി നീ അവറ്റകളുടെ ഭർത്താവായി ജീവിക്കണ്ട. ഞാൻ നിന്നെ അവരുടെ കണ്ണിൽ പെടാതെ സംരക്ഷിച്ചുകൊള്ളാം." അവൾ തുടർന്നു:

"നിനക്ക് ഈ സഞ്ചിയിൽ യാതൊരു ഉപദ്രവവും ഇല്ലാതെ ജീവിക്കാം. പുറം ലോകം കാണാവൻ അവറ്റകൾ കാണാതെ ഞാൻ നിന്നെ കൊണ്ടുപോകാം. നിനക്ക് ഇറന്ന സ്ഥലങ്ങളിൽ ഓടിനടന്ന് നിനക്കുവേണ്ട ആഹാരം തന്നത്താനെ സമ്പാദിക്കാം. നിനക്കുവേണ്ടത് കഴിച്ച് കഴിഞ്ഞു മിച്ചമുണ്ടെങ്കിൽ ഈ അമ്മയ്ക്കും കുറച്ച തന്നോ. എന്താ സമ്മതമല്ലേ?"

ഗുണയ്ക്ക് അമ്മ പറഞ്ഞത് സമ്മതമായിരുന്നു.

അങ്ങനെ അവരെല്ലാം കുറേദിവസം ജീവിതം തള്ളിനീക്കി.

ഗുണയുടെ രണ്ട് ഭാര്യമാരും ഗുണ മരിച്ചെന്ന് വിശ്വസിച്ചിരുന്നു. എങ്കിലും അമ്മായി അമ്മയുടെ പെരുമാറ്റത്തിൽ അവർക്ക് ചില സംശയങ്ങൾ തോന്നി. ഗുണ്ടർ പകൽ സമയങ്ങളിൽ വീട്ടിൽനിന്ന് പുറത്തുപോകുമ്പോൾ എന്തോ ഭാരം ചുമന്ന് കൊണ്ടുപോകുന്നതുപോലെ; അവർ തിരികെ വരുമ്പോൾ കയ്യിൽ സാധാരണയിൽ കൂടുതൽ ഭക്ഷണ സാധനങ്ങൾ; ആ കിഴവിയ്ക്ക് എവിടെ നിന്ന് അത്രയേറെ ഭക്ഷണസാ ധനങ്ങൾ കിട്ടുന്നുവെന്ന് അവർ അതിശയിച്ചു. ഏതായാലും ഗുണ്ടറിനെ ശ്രദ്ധിക്കാൻ അവർ തീർച്ചയാക്കി. അങ്ങനെ ചില ദിവസങ്ങൾ കഴിഞ്ഞ് ഒരുനാൾ ഗുണ രഹസ്യമായി ഗുണ്ടറിന്റെ സഞ്ചിയിൽ നിന്ന് ഇറങ്ങു ന്നത് അവർ കണ്ടു.

ഭാര്യമാർ രണ്ടുപേരും 'ഒന്നും അറിഞ്ഞില്ലെ രാമനാരായണ' എന്ന മട്ടിൽ കരഞ്ഞുകൊണ്ട് ഗുണയുടെ അടുത്തെത്തി. അവർ ഒച്ചയെടുത്ത് കരഞ്ഞുപറഞ്ഞു.

"ഗുണാ, ഞങ്ങളുടെ സ്നേഹമുള്ള ഭർത്താവേ, ഞങ്ങൾ നിന്നെ എവിടെയെല്ലാം തിരിഞ്ഞുനടന്നു, നിന്നെയോർത്ത് എത്ര കരഞ്ഞു;

എത്ര കണ്ണീർ വാർത്തു. നിന്നെ ഞങ്ങളെത്ര സ്നേഹിക്കുന്നവെന്ന് നിനക്കറിയാമോ. എന്നിട്ടും നീ എന്തേ ഞങ്ങളെ വിട്ടുപോയി.”

അവരുടെ നാടകീയ പ്രകടനം ആരെയും വിശ്വസിപ്പിക്കുന്ന തരത്തിലായിരുന്നു. അതു കണ്ട ഗുണറിന് അത്ര സുഖിച്ചില്ലെങ്കിലും ഗുണ അവരോട് സഹതപിച്ചു.

“സ്നേഹമുള്ള ഭാര്യമാരെ. ഞാനെങ്ങും മനഃപൂർവം പോയതല്ല. ഒരപകടത്തിൽ പെട്ടുപോയി. ചാകേണ്ടതായിരുന്നു. പക്ഷേ, നിങ്ങളുടെ പുണ്യം എന്നു പറയട്ടെ, അമ്മ എന്നെ രക്ഷിച്ചു. ചികിത്സിച്ച് ജീവൻ തിരിച്ച നൽകി. ഇപ്പോഴാണ് കഷ്ടിച്ച് നടക്കാൻ തുടങ്ങിയത്. ഇത്രനാളും കഠിനമായ ചികിത്സയിലായിരുന്നതുകൊണ്ടാണ് നിങ്ങളെയൊന്നും കാണാൻ കഴിയാതെ പോയത്. ഒന്നും മനഃപൂർവമല്ല.”

ഗുണയുടെ ആ സംസാരം ഗുണറിന് ഇഷ്ടപ്പെട്ടില്ല. അവർ അൽപം അതൃപ്തികാണിച്ച് പറഞ്ഞു:

“ഗുണാ. ഞാൻ നിന്നോട് പറയേണ്ടതെല്ലാം പറഞ്ഞിട്ടുണ്ടല്ലോ. ഇനി എന്തുവേണമെന്ന് നീ തന്നെ തീരുമാനിച്ചൊ. ഈ കാലത്ത് ആരെയും വിശ്വസിക്കുന്നത് സൂക്ഷിച്ചവേണം, അത്രതന്നെ.”

“ശരിയമ്മേ. എല്ലാം എനിക്കറിയാം. ഇവരെന്റെ സ്നേഹമുള്ള ഭാര്യമാരല്ലെ. എനിക്ക് ഒരപകടം പറ്റിപ്പോയി. അതിന് അവർ കുറ്റക്കാരല്ലല്ലോ.”

അങ്ങനെ അവരെല്ലാം വീണ്ടും സന്തോഷത്തോടെ ജീവിച്ചുതുടങ്ങി. പക്ഷേ, ഗുണയ്ക്ക് ഭാര്യമാർ തന്നെ ചതിച്ചതായിരുന്നു എന്ന ഉറച്ച വിശ്വാസമുണ്ടായിരുന്നു. അതുകൊണ്ട് പുറമെ ഏതു തരത്തിൽ പ്രതികരിച്ചാലും മനസിൽനിന്ന് അതുകൊണ്ടുണ്ടായ വിദ്വേഷവും പകയും ഇടച്ചുനീക്കാൻ ഗുണയ്ക്ക് കഴിയുമായിരുന്നില്ല. അയാൾ അമ്മ അറിയാതെ ഭാര്യമാരോട് പകപോക്കാൻ ഒരു സന്ദർഭം കാത്തിരുന്നു. ഒരു പദ്ധതി ആസൂത്രണം ചെയ്തുകൊണ്ടിരുന്നു. ഗുണ തന്റെ പദ്ധതി നടപ്പാക്കാൻ അവന്റെ വീട്ടിൽനിന്നും അൽപം ദൂരെ അരുവിക്കരയിൽ ഉണ്ടായിരുന്ന ഒരു ആഴമുള്ള കുളമാണ് തിരഞ്ഞെടുത്തത്. അവർ രണ്ട് സാമാന്യം നീളമുള്ള കമ്പുകൾ തിരഞ്ഞെടുത്ത് രണ്ടിന്റേയും ഓരോ അറ്റം ചീകി മിനുക്കി നല്ല കൂർമയുള്ളവയാക്കി. രണ്ടും കുളത്തിൻകര യോടടുത്ത ഒരു സ്ഥലത്തായി കുത്തി നിർത്തി.- കൂർത്ത അറ്റം നേരെ മുകളിലേക്ക് ഇരിക്കുന്നതുപോലെയും എന്നാൽ വെള്ളത്തിനടിയിലും. പിന്നീട് ഓരോ കമ്പും കുത്തിയ സ്ഥാനത്ത് കരയിൽ ഓരോ സ്ഥാനം

അടയാളപ്പെടുത്തി. അതാത് സ്ഥാനത്തുനിന്ന് വെള്ളത്തിലേക്ക് കുതിച്ച് ചാട്ടുന്ന ആരും വീഴുന്നത് ഈ കുർത്ത കമ്പിന്റെ മുകളിലായിരിക്കും എന്ന് പരീക്ഷിച്ച തിട്ടപ്പെടുത്തിയാണ് അവൻ സ്ഥാനങ്ങൾ നിർണയി ച്ചത്. അങ്ങനെ പദ്ധതികളെല്ലാം നല്ലതുപോലെ ആസൂത്രണം ചെയ്ത് സംഘടിപ്പിച്ചതിനു ശേഷം ഒരു ദിവസം അവൻ ഭാര്യമാരോട് പറഞ്ഞു:

"ഹാ, ഇന്ന് എത്ര നല്ല ദിവസം അല്ലേ? നമുക്ക് വെറുതേ ഒന്ന് ചുറ്റി നടക്കാൻ പോയാലോ. നമ്മൾ മൂന്നുപേരും കൂടി."

"അതെ, അത് നല്ല രസമായിരിക്കും. നമുക്ക് ഇപ്പോൾ തന്നെ പോയാലോ?" ഗുഡിയാണ് തിട്ടക്കം കൂട്ടിയത്.

"ശരി" അവനും സമ്മതം മൂളി. അങ്ങനെ അവർ മൂന്നുപേരും കൂടി നദികരയിലേക്ക് നടക്കാൻ പോയി. അവർ പോകുന്നത് അവന്റെ അമ്മയും കാണാൻ ഇടയായി,

കുറച്ചുനേരം നദികരയിൽ ചുറ്റിനടന്നു കഴിഞ്ഞപ്പോൾ ഗുണ പറഞ്ഞു.

"ഭാര്യമാരേ, നിങ്ങൾക്ക് രണ്ടുപേർക്കും നീന്താനറിയാം . അല്ലേ?"

"അതെ, അറിയാം" രണ്ടുപേരും പറഞ്ഞു.

"എങ്കിൽ ഞാനൊരു കാര്യ പറയാം. നമുക്ക് അടുത്തെങ്ങാനും ഒരു കുളം കണ്ടുപിടിക്കാൻ കഴിഞ്ഞാൽ ഞാൻ നിങ്ങളെ നീർക്കുഴിയിടാൻ പഠിപ്പിക്കാം."

"ഓ. അത് നല്ല രസമായിരിക്കുമല്ലോ" ബീരു പറഞ്ഞു.

"അതെയതെ. നീർക്കുഴിയിടാൻ പഠിക്കണമെന്ന് കുറേ നാളായി ഞാനും ആഗ്രഹിക്കുന്നു." ഗുഡിയും സന്തോഷിച്ചു.

"ശരി. അപ്പോൾ നിങ്ങളും നോക്ക്. ഇവിടെയെങ്ങാനും നല്ല കുളം വല്ലതും ഉണ്ടോയെന്ന്. ഞാനും നോക്കാം." ഗുണ പ്രതികരിച്ചു.

അവരെല്ലാം അവിടെയെല്ലാം നോക്കി നടക്കുമ്പോൾ ഗുണ നേരത്തെ നോക്കിവെച്ചിരുന്ന - വേണ്ട രീതിയിൽ ഒരുക്കിവെച്ചിരുന്ന - കുളത്തിനടുത്തെത്തിയിട്ട് വിളിച്ചുപറഞ്ഞു.

"ഭാര്യമാരെ ഇവിടെ വാ. ദാ ഇവിടെ നമുക്ക് പറ്റിയ ഒരു കുളമുണ്ട്." അവർ സന്തോഷത്തോടെ കുളത്തിനടുത്ത് എത്തി. ഗുണ അവരെ ഓരോരുത്തരെയും നേരത്തെ അവൻ പ്ലാൻ ചെയ്തിരുന്നതുപോലെ നിർദ്ദിഷ്ടസ്ഥാനങ്ങളിൽ നിർത്തി.

"ഭാര്യമാരേ. ഞാൻ പറയുന്നത് ശ്രദ്ധിച്ച് കേൾക്കണം. കേട്ടോ. ഞാനാദ്യം കുളത്തിൽ ഇറങ്ങാം. പിന്നീട് നിങ്ങൾ ഓരോരുത്തരും ഞാൻ കാണിച്ചതന്ന സ്ഥാനത്തുനിന്ന് ഞാൻ പറയുമ്പോൾ കീഴോട്ട് എടുത്തുചാടണം. എന്തെങ്കിലും വശകേട് പറ്റിയാൽ ഞാൻ ഇവിടെനി ന്ന് ശ്രദ്ധിച്ച് വേണ്ടത് ചെയ്ത് നിങ്ങൾക്ക് അപകടം ഒന്നുമുണ്ടാകാതെ സൂക്ഷിച്ചുകൊള്ളാം. മനസിലായല്ലോ. എന്താ രണ്ടുപേരും റെഡിയാ ണല്ലോ."

"അതെയതെ. ഞങ്ങൾ റെഡി."

"എങ്കിൽ ആദ്യം ബീരു ചാടിക്കോ. ഓ. കെ."

ബീരു കൂടുതലൊന്നും ആലോചിക്കാതെ ഇണ നിർദ്ദേശിച്ചതുപോലെ കുളത്തിലേക്ക് ചാടി. ചെന്നുവീണത് ഇണ പ്രതീക്ഷിച്ചതുപോലെ-ആഗ്ര ഹിച്ചതുപോലെ കരുതിവെച്ചിരുന്ന രണ്ട് പാരക്കമ്പുകളിൽ ഒന്നിന്റെ പുറത്തായിരുന്ന ബീരു വീണത്. പാര ബീരുവിന്റെ ദേഹത്ത് ആഴത്തിൽ തറച്ചുകയറി. അവളെക്കൊല്ലാൻ ആ മുറിവ് ധാരാളം മതിയാകും എന്ന് ഇണ തീർച്ചയാക്കി. പിന്നിട് അവൻ കുളത്തിൽ നിന്നുകൊണ്ട് വിളിച്ച പറഞ്ഞു.:

"ഇഡ്ഡീ. ഇനി നിന്റെ ഊഴമാണ്. എന്താ. റെഡിയല്ലേ?"

"ഞാൻ റെഡി."

"എന്നാൽ ചാടിക്കോ."

ഇഡ്ഡിക്കും ബീരുവിന് സംഭവിച്ചതുതന്നെയായിരുന്ന അനുഭവം. രണ്ടുപേരും തീർച്ചയായും ചാകുമെന്ന ഉറപ്പോട്ടുകൂടി ഇണ കുളത്തിൽ നിന്ന് കരയ്ക്ക് കയറി. നേരെ വീട്ടിലേക്ക് നടന്നു. ഇണയെക്കണ്ട ഇണ്ടൂർ ചോദിച്ചു.

"എടാ, ഇണേ. നീ അങ്ങോട്ട് പോയപ്പോൾ നിന്റെ ഭാര്യമാരും ഒപ്പമുണ്ടായിരുന്നല്ലോ. അവരെവിടെപ്പോയി?"

"അമ്മേ അവർ തേൻകൂട് തിരക്കി പോയിരിക്കുകയാണ്. നല്ല ക്ഷീണം തോന്നിയതുകൊണ്ട് ഞാനിങ്ങോട്ട് പോന്നു."

പക്ഷേ, നേരം ഇരുട്ടിയിട്ടും രണ്ട് മരുമക്കളേയും കാണാതായപ്പോൾ ഇണ്ടൂറിന് സംശയങ്ങൾ തോന്നിത്തുടങ്ങി. ഏതായാലും അവർ കാൽ പാടുകൾ നോക്കി ഒരു തിരച്ചിൽ നടത്തി. എത്തിച്ചേർന്നത് ആ കുള ത്തിന്റെ വക്കത്തും. തിരിച്ചപോകുന്നതായി ഇണയുടെ കാൽപാടുകൾ

മാത്രമെ കാണാൻ കഴിഞ്ഞുള്ളൂ. അതുകൊണ്ട് ഗുണ്ടർ കുളത്തിൽ ശ്രദ്ധ കേന്ദ്രീകരിച്ച് പരിശോധിച്ചു. അപ്പോൾ കണ്ടത് ഏതാണ്ട് നിശ്ചേഷ്ടങ്ങ ളായിത്തീർന്ന ഗ്ലഡിയ്യുടെയും ബീരുവിന്റെയും ശരീരങ്ങളാണ്. എങ്കിലും സൂക്ഷ്മ പരിശോധനയിൽ അവർ മരിച്ചിട്ടില്ലെന്ന് ഉറപ്പാക്കി. പിന്നീട് രണ്ടുപേരെയും വളരെയധികം ശ്രമപ്പെട്ട് കുളത്തിന്റെ ഓരത്ത് കരയിൽ വലിച്ചുകയറ്റി. പിന്നീട് തന്റെ പക്കൽ ഉണ്ടായിരുന്ന ചില ഔഷധങ്ങൾ അവരുടെ മുറിവുകളിൽ പുരട്ടുകയും, കാലുകളിലും കൈകളിലുമൊക്കെ തടവിക്കൊടുക്കുകയും ചെയ്തു. കുറേ നേരത്തെ ചികിത്സക്കശേഷം അവരെ പുനർജീവിപ്പിക്കുവാൻ വിദഗ്ധയായ ആ ചികിത്സകയ്ക്ക് കഴിഞ്ഞു

പിന്നിട് അവർ വളരെ ക്ഷീണിതരായിരുന്ന മരുമക്കളെയും കൂട്ടി വീട്ടി ലേക്ക് ഒരുവിധം നടന്നെത്തി. അവിടെ ചെന്നതും അവർ ആക്രോശിച്ചു:

"എടാ ഗുണാ. എന്റെ മോനെ. നീ എവിടെയാ. നീ ഇവിടെ വാ. എനിക്ക് നിന്നോട് ചിലതൊക്കെ പറയാനുണ്ട്."

ഗുണ വീട്ടിനുള്ളിൽനിന്ന് പുറത്തുവന്നപ്പോൾ തന്റെ മരിച്ചപോയെന്ന് കരുതിയിരുന്ന ഭാര്യമാരുമായി അവിടെ നിൽക്കുന്ന അമ്മയെയാണ് കണ്ടത്. അതു കണ്ട ഗുണ തികച്ചും അന്ധാളിച്ചുപോയി. അമ്മയ്ക്ക് എല്ലാം മനസിലായി എന്നും അവന് ആരും പറഞ്ഞുകൊടുക്കേണ്ടതില്ലായിരു ന്നു. ആ അമ്മ അവനെ നോക്കി ഗർജിക്കുന്ന സ്വരത്തിൽ പറഞ്ഞു:

"എടാ. നിന്റെ ഭാര്യമാർ നിന്നെ വഞ്ചിച്ചു. പക്ഷേ, ഞാൻ നിന്നെ രക്ഷിച്ച് നിനക്ക് പുതുജീവൻ നൽകി തിരികെ കൊണ്ടുവന്നു. ഇപ്പോഴിതാ, ഞാനൊട്ടും പ്രതീക്ഷിക്കാത്ത രീതിയിൽ നീ അവരെ വഞ്ചിച്ച് പകരംവീട്ടിയിരിക്കുന്നു. ഇപ്പോൾ ഞാൻ അവർക്കു പുതുജീവൻ നൽകിയിരിക്കുന്നു. അങ്ങനെ അങ്ങോട്ടുമിങ്ങോട്ടുമുള്ള കണക്കുകൾ സമാസമം തീർന്നിരിക്കുന്നു. എന്താ. ശരിയല്ലേ?"

"അമ്മേ, തെറ്റ് പറ്റിപ്പോയി. ഇനി ഞങ്ങൾ ......" അവർ മൂന്നുപേരും ഒരേ സ്വരത്തിൽ ഒന്നിച്ച് പറയാൻ തുടങ്ങി. പക്ഷേ, ഗുണ്ടർ ഇടയ്ക്കു കയറിപ്പറഞ്ഞു.

"എനിക്ക് നിങ്ങടെ ഏറ്റുപറച്ചിലൊന്നും കേൾക്കേണ്ട. ഞാൻ പറയു ന്നത് നിങ്ങൾ കേട്ടാൽ മതി. കേട്ടോ. നിങ്ങളുടെ മൂന്നുപേരുടെയും ജീവൻ തിരികെ കൊണ്ടുവന്നത് ഞാനാണ്. അതുകൊണ്ട് നിങ്ങളുടെ ഇപ്പോ ഴത്തെ ജീവന്റെ അവകാശി ഞാനാണ്. എന്റെ ഇഷ്ടം പോലെ വേണം ഇനി നിങ്ങൾ മൂന്നുപേരും ജീവിക്കേണ്ടത്. എന്താ, മനസിലായോ?"

"ക്ഷമിക്കണമമ്മേ. ഇനി അമ്മ പറയുന്നതുപോലെ ജീവിച്ചോളാം."

"ഇനി മനസിലുണ്ടായിരുന്ന പക എല്ലാം ഉടച്ചുമാറ്റിയിട്ട് മൂന്നുപേരും പരസ്പരം വിശ്വാസത്തോടെ, സ്നേഹത്തോടെ, സന്തോഷമായിട്ട് ജീവിച്ചോണം. ഇല്ലെങ്കിൽ എനിക്ക് അവകാശപ്പെട്ടത് ഞാൻ തിരി ച്ചെടുത്തു എന്ന് വരും."

"അമ്മ പറയുന്നതുപോലെ ജീവിച്ചുകൊള്ളാം. ഇത് സത്യം."

അങ്ങനെ അവർ വളരെക്കാലം എല്ലാവരും ഒന്നിച്ച് സുഖമായി, സന്തോഷത്തോടെ ജീവിച്ചു. പക്ഷേ, കുറേ കാലങ്ങൾക്ക ശേഷം വാർധക്യം കാരണം ഗുണ്ടർ മരിച്ചു. മരിക്കുന്ന സമയത്ത് ആകാശത്തു നിന്ന് ഒരു പ്രകാശമാനമായ നക്ഷത്രം അവരുടെ വാസസ്ഥലത്തേക്ക് വീണു എന്നും വളരെ ഉച്ചത്തിൽ എല്ലാവരും ചേർന്ന് കൈകൊട്ടിയാൽ ഉണ്ടാകുന്നതിനെക്കാൾ വലിയ ഒരു ശബ്ദം ആകാശത്തുനിന്ന് കേട്ടു എന്നും ആ നാട്ടിലെ ആദിമജനത വിശ്വസിക്കുന്നു. ഗുണ്ടർ ഒരു വലിയ ഭിഷഗ്വരയായിരുന്നു എന്നും അതുകൊണ്ട് ദൈവം തന്നെ അവൾക്ക് ആശീർവാദം നൽകാൻ അവിടെ എത്തിയതിൻെറ സൂചനകളായിരുന്നു അവയെന്നും ആ നാട്ടുകാർ വിശ്വസിക്കുന്നു. എന്ന മാത്രമല്ല അവരുടെ ഇടയിൽ അറിയപ്പെടുന്ന 'ഗാലിബില്ല' എന്ന ചുവന്ന നക്ഷത്രം ഗുണ്ടർ തന്നെയാണെന്നും നക്ഷത്രത്തിൻെറ ചുവപ്പ് രണ്ട് മരുമക്കളുടേയും വ്രണ ങ്ങളിൽനിന്ന് ഊർന്നുവീണ ചോരയുടെ പാടുകൾ കൊണ്ട് ഉണ്ടായതാ ണെന്നും അവർ കരുതുന്നു.

വീടാ എന്ന കൊഞ്ഞനംകാട്ടി പക്ഷി

വീടാ എന്ന് പേരുള്ള ഒരു കൊഞ്ഞനംകാട്ടി പക്ഷിയെക്കുറിച്ച് നിങ്ങൾ കേട്ടിട്ടുണ്ടോ? ഇല്ലെങ്കിൽ ഇതാ; വീടാ എന്ന് പേരുണ്ടായിരുന്ന ഒരു കറുത്തവൻ ഏതോ കാരണം കൊണ്ട് തന്റെ വർഗക്കാരോട് കാണിച്ച ഒരു ചതിയുടെയും കൊഞ്ഞനം കാട്ടി പക്ഷികൾക്ക് വീടാ എന്ന പേരു കിട്ടിയതിന്റെയും കഥയാണിത്. കൊഞ്ഞനം കാട്ടി പക്ഷിക്ക് ഇംഗ്ലീഷിൽ 'മോക്കിങ് ബേർഡ്' എന്നാണ് പറയുക.

നമ്മുടെ കഥയിലെ കഥാനായകനായ വീടാ ശബ്ദങ്ങൾ അനുകരിക്കുന്നതിൽ വിദഗ്ധനായിരുന്നു. വേണമെങ്കിൽ ഒരു മിമിക്രി കലാകാരനായിരുന്നു എന്നും പറയാം. മാറി മാറി മനുഷ്യക്കുട്ടികൾ കരയുന്ന ശബ്ദം, ദേഷ്യപ്പെട്ട് സംസാരിക്കുന്ന ശബ്ദം, വൃദ്ധന്മാരുടെ ഇടറിയ ശബ്ദം, കാക്കകളുടെ കാ കാ എന്ന ശബ്ദം, പട്ടി പൂച്ച മുതലായ ജന്തുക്കളുടെ ശബ്ദം, അങ്ങനെ എല്ലാവിധ ശബ്ദങ്ങളും മാറി മാറി ഒന്നിനുപ്പുറകെ മറ്റൊന്ന് എന്ന രീതിയിൽ അനുകരിക്കാൻ വീടായ്ക്ക് കഴിയുമായിരുന്നു. ആ കഴിവ് ഉപയോഗിച്ചാണ് വീടാ മറ്റു കറുത്തവരെ ആസൂത്രണം ചെയ്ത് ചതിച്ചത്. വീടാ കറുത്തവർ താമസിച്ചിരുന്നതിനടുത്ത് പുല്ലുകൾ കൊണ്ടുള്ള പത്തു നൂറ്റി ചെറിയ ചെറിയ കുടിലുകൾ ഉണ്ടാക്കി പിന്നീട് ഒന്നിനു പുറകെ മറ്റൊന്ന് എന്ന ക്രമത്തിൽ അയാൾ ആ കുടിലുകളിൽ കയറിയിരുന്ന് മനുഷ്യരുടേയും മനുഷ്യർ വളർത്തുന്ന മൃഗങ്ങളുടേയും ശബ്ദം ഉണ്ടാക്കി. ആ ശബ്ദം ഇടവിട്ടിടവിട്ട് കേട്ട കറുത്തവർ ആ കുടിലുകളിൽ മനുഷ്യർ താമസിക്കുന്നുണ്ടെന്ന് വിശ്വസിച്ചു. അവർ ആരാണെന്നറിയുവാനും അവരെ പരിചയപ്പെടാനും കറുത്തവർക്ക് താൽപര്യം തോന്നി. അവർ പല പ്രാവശ്യം ശ്രമിച്ചു. എങ്കിലും ആരേയും കാണാൻ കഴിയാതെവന്നപ്പോൾ അടുത്ത മരച്ചുവട്ടിൽ കിടന്നുറങ്ങുകയായിരുന്ന വീടയോട്ടം

അന്വേഷിച്ചു. പക്ഷേ, വീടാ തനിക്കൊന്നും അറിയില്ലെന്ന് നടിച്ചു.

പിന്നീട് അയാൾ തന്റെ അടവ് അൽപം മാറ്റി. ശബ്ദമുണ്ടാക്കി മനുഷ്യരുടെ ശ്രദ്ധ പിടിച്ചുപറ്റുന്നതിനുമുമ്പ് അയാൾ ഉണങ്ങിയ പുല്ല് കൂട്ടിയിട്ട് അതിന് തീ കൊളുത്തുന്ന പരിപാടി തുടങ്ങി. ശബ്ദമുണ്ടാക്കി കറുത്തവരുടെ ശ്രദ്ധ ക്ഷണിച്ചവരത്തിക്കഴിഞ്ഞാൽ അയാൾ എരിയുന്ന പുല്ലിനടുത്ത് ഇരിക്കും. തന്നോട് ശബ്ദത്തിന്റെ ഉറവിടം ചോദിച്ചു വരുന്ന കറുത്തവരോട് പലതും പറയും. ഉദാഹരണത്തിന്:

ശബ്ദം കേട്ട ഒരു കറുത്തവൻ അതുവഴി വന്ന് കൊഞ്ഞനം കുത്തിയോട് (വീടായോട്) ചോദിച്ചു:

"ഹേ. വീടാ. ഇവിടെ മനുഷ്യരുണ്ടോ? നീ ആരെയെങ്കിലും കണ്ടോ?"

"ഏ, ഞാനാരേയും കണ്ടില്ല."

"ഒരു മനുഷ്യക്കുഞ്ഞ് കരയുന്നതും ആരോ ഉച്ചത്തിൽ അതിനെ ശാസിക്കുന്നതുമൊക്കെ ഞാനിപ്പോൾ കേട്ടതാണല്ലോ."

"ഐ ഐ. അങ്ങനെയെങ്കിൽ ഞാനും കേൾക്കേണ്ടതല്ലേ. പക്ഷേ, ഞാൻ കേട്ടില്ലല്ലോ. നിങ്ങളുടെ വെറും തോന്നലായിരിക്കും."

അങ്ങനെ സംസാരിക്കുന്നതിനിടയിൽ വീടാ മെല്ലെ കത്തി എരിയുന്ന പുല്ലിനടുത്തേക്ക് നീങ്ങിക്കൊണ്ടിരിക്കും. ഒപ്പം കൂടെ സംസാരിച്ച നിൽക്കുന്ന കറുത്തവനേയും തീ എരിയുന്നതിനടുത്തേക്ക് സാവധാനം നയിക്കും. ഒട്ടും പ്രതീക്ഷിക്കാത്ത ഒരു നിമിഷം വീടാ കറുത്തവനെ ആ തീയിലേക്ക് തള്ളിയിടും. അയാൾ അവിടെ കിടന്ന മരിക്കുകയും അവന്റെ ശരീരം എരിഞ്ഞ് ചാമ്പലാവുകയും ചെയ്യും, അവൻ എവിടെ എങ്ങനെ മറഞ്ഞുവെന്ന് അവന്റെ ഗോത്രക്കാർക്ക് യാതൊരു വിവരവും കിട്ടുകയുമില്ല.

അങ്ങനെ കുറച്ചനാളകൾ കഴിഞ്ഞപ്പോൾ കറുത്തവർക്ക് അവരുടെ ഗ്രാമത്തിലെ ആളകളുടെ എണ്ണം കുറയുന്നു എന്ന് മനസിലായി. പക്ഷേ, അവർ എവിടെപ്പോയി, എങ്ങനെ പോയി എന്ന് അവർക്ക് മനസിലായില്ല.

അന്നൊരു ദിവസം മുല്ലയൻ എന്ന പരുന്തിന്റെ സഹോദരനേയും കാണാതായി. അപ്പോൾ ആളകൾ കാണാതാകുന്ന സംഭവത്തെക്കുറിച്ച് ശരിയായി മനസിലാക്കുവാനും അതിന്റെ സത്യാവസ്ഥ കണ്ടുപിടിക്കാനും ഒരു തീവ്രശ്രമം നടത്താൻ മുല്ലയൻ തീർച്ചയാക്കി. ആ ശ്രമത്തിനിടയിൽ വീടായേയും ആ സ്ഥലത്തുനിന്ന് വന്ന ശബ്ദകോലാഹലത്തേയും കുറിച്ച്

മുല്ലയൻ ശ്രദ്ധിക്കാൻ തുടങ്ങി. ഒരു ദിവസം അത്തരം ശബ്ദങ്ങൾ കേട്ടപ്പോൾ മുല്ലയൻ കൊഞ്ഞനംകുത്തിയുടെ അടുത്തെത്തി. മുല്ലയൻ വീടായോട് ചോദിച്ചു:

"ഹേ, വീടാ. ഇവിടെ കാണുന്ന ഈ കുടിലുകളിൽ മനുഷ്യർ താമസി ക്കുന്നുണ്ടോ? അവരെക്കുറിച്ച് നിനക്ക് വല്ലതും അറിയാമോ?"

"എനിക്കെങ്ങനെ അറിയാനാ. എനിക്കൊന്നും അറിഞ്ഞുകൂട. വേണ മെങ്കിൽ നീ തന്നെ പോയി നോക്ക്."

"ഞാൻ നോക്കിയിട്ട് ആരേയും കണ്ടില്ല. പക്ഷേ, ഓരോ കുടിലിൽ നിന്നും മനുഷ്യരുടെ ഓരോ തരത്തിലുള്ള ശബ്ദങ്ങളാണല്ലോ കേൾക്ക ന്നത്. അൽപം മുമ്പും ശബ്ദം കേട്ടു. നീയും കേട്ടുകാണും അല്ലേ?"

"ഞാനൊന്നും കേട്ടില്ല."

"എന്റെ സഹോദരൻ ഇന്നലേ ഇവിടെവരെ നടന്നുവന്നിരുന്നു എന്ന് അവന്റെ കാൽപ്പാടുകളിൽനിന്ന് എനിക്ക് മനസിലായി. പക്ഷേ, അവൻ തിരികെ നടന്ന കാൽപ്പാടുകളൊന്നും കാണാനുമില്ല. അപ്പോൾ അവൻ എവിടെപ്പോയി. നീ ഇവിടെത്തന്നെയല്ലേ ഇരിക്കുന്നത്. അപ്പോൾ നീ അവൻ ഇവീടെ വന്നത് കണ്ടുകാണുമല്ലോ"

"ഞാനെങ്ങിനെ അറിയും. എനിക്ക് ഒന്നും അറിയില്ലെന്നും, ഞാനാരേയും കണ്ടില്ലെന്നും പറഞ്ഞില്ലേ. വേണമെങ്കിൽ ഇതാ ഇവി ടെയൊക്കെ അലഞ്ഞുതിരിഞ്ഞ് നടക്കുന്ന കാറ്റിനോട് ചോദിച്ചനോക്ക്. അതിനറിയാമായിരിക്കും."

അൽപനേരത്തിനുശേഷം അവൻ വീണ്ടും പറഞ്ഞു:

"ഞാൻ പറഞ്ഞത് നിനക്ക് ബോധ്യമായില്ലെങ്കിൽ സൂര്യനോടോ, ചന്ദ്രനോടോ ചോദിക്ക്. അവർ എല്ലാം കണ്ടുകൊണ്ട് മേലെ നിൽക്ക ന്നുണ്ടല്ലോ."

അതൊക്കെ പറയുന്നതിനിടക്ക് വീടാ കുറേശ്ശ തീ എരിയുന്ന സ്ഥ ലത്തേക്ക് പതിയെ ഓരോ ചുവട്ടവെച്ച് നീങ്ങുന്നുണ്ടായിരുന്നു എന്ന് മുല്ലയൻ ശ്രദ്ധിച്ചിരുന്നു. മുല്ലയന് നടന്ന കാര്യങ്ങളെക്കുറിച്ചും എങ്ങനെ തന്റെ ഗോത്രുക്കാർ ചതിക്കപ്പെട്ടു എന്നതിനെക്കുറിച്ചും മനസ്സിലാ ക്കാനും കഴിഞ്ഞു. അതുകൊണ്ട് മുല്ലയനും എല്ലാ കരുതലുകളോട്ടും കൂടിയാണ് വീടായോടൊപ്പം തീ എരിയുന്നസ്ഥലത്തിനടുത്തേക്ക് നീങ്ങി യിരുന്നത്. വീടാ കൗശലശാലിയായിരുന്നു എങ്കിൽ അതിനേക്കാൾ കൗശലക്കാരനും കൂടിയ ക്രൂർമ്മബുദ്ധിയുള്ളവനുമായിരുന്ന മുല്ലയൻ.

അതുകൊണ്ട് മുല്ലയൻ വീടായുടെ ഓരോ നീക്കവും വളരെ ശ്രദ്ധയോടെ നീരീക്ഷിച്ചുകൊണ്ടേയിരുന്നു.

അങ്ങനെ കുറേനേരം സംസാരിച്ചുകൊണ്ട് അവർ രണ്ടുപേരും തീ ആളിക്കത്തിയിരുന്ന സ്ഥലത്ത് എത്തി. പെട്ടെന്ന് വീടായ്ക്ക് അവസരം കിട്ടുന്നതിനു മുമ്പ് മുല്ലയൻ വീടായെ തീയിലേക്ക് തള്ളിയിട്ടു.

"എടാ, ദ്രോഹീ. എനിക്ക് നിന്റെ കുതന്ത്രം നന്നായി മനസിലായി. നീയാണ് ഇതുപോലെ എന്റെ അനുജനെയുൾപ്പെടെ ഈ ഗ്രാമത്തിലെ പലരേയും തീയിലിട്ട് ഇല്ലാതാക്കിയത്. ഇപ്പോഴെങ്കിലും നീ ആ സത്യം സമ്മതിച്ചാൽ നല്ലത്."

"അതേ, ഞാൻ തന്നെയാണ് അവരുടെയെല്ലാം തിരോധാനത്തിന് കാരണം. എല്ലാവരേയും ഇതുപോലെ തീയിലിട്ട് ചുട്ടെരിച്ചു."

വീടാ അത്രയും പറഞ്ഞുതീർന്നതും അവന്റെ തലയോട് തീയിൽ വെന്ത് പൊട്ടിച്ചിതറുന്ന ശബ്ദം അവിടെയെല്ലാം കേട്ടു. ഇടിവെട്ടിയ തുപോലെ അത്ര ഉച്ചത്തിലായാരുന്നു ആ ശബ്ദം. മാത്രമല്ല അവന്റെ തലയോട്ടിയിൽ ഉണ്ടായ ഒരു ദ്വാരത്തിൽ കൂടി ഒരു പക്ഷി പുറത്തുചാടി പറന്നുപോകുന്നതും എല്ലാവരും കണ്ടു. ആ പക്ഷിക്ക് ഒരു പ്രത്യേകത യുണ്ടായിരുന്നു. മറ്റ പക്ഷികൾക്കില്ലാത്ത ഒരു പ്രത്യേക കഴിവ്. കേൾ ക്കുന്ന ഏത് ശബ്ദവും കൃത്യമായി അനുകരിക്കാൻ അതിന് കഴിയുമായി രുന്നു. അതുകൊണ്ട് ആ ഗ്രാമവാസികൾ ആ പക്ഷിയെ - കൊഞ്ഞനം കുത്താൻ കഴിവുള്ള പക്ഷികളെ-വീടാ എന്ന പേരിൽ വിളിക്കാനും തുടങ്ങി.

ഏഴ് സഹോദരിമാർ

വ്യൂറുണ്ണ അന്നൊരു ദിവസം വേട്ടയാടാൻ പോയെങ്കിലും ഇരയെ ഒന്നും കിട്ടാതെ നിരാശനായി വീട്ടിലേക്ക് മടങ്ങേണ്ടിവന്നു. വീട്ടി ലെത്തിയതും അവൻ അമ്മയോട് കുറച്ച് ദുരീ (കഞ്ഞി) ചോദിച്ചു.

"അമ്മേ, എനിക്ക് നന്നായി വിശക്കുന്നു. കുറച്ച് കഞ്ഞി തരൂ."

"മോനെ, ഇവിടെ കഞ്ഞി ഒട്ടും ഇരിപ്പില്ലല്ലോ. കഴിക്കാൻ വേറെ ഒന്നുമില്ലതാനും."

നിരാശകരമായ ആ മറുപടികേട്ട അവൻ കൂട്ടത്തിലുള്ള മറ്റ് കറുത്ത വരോട് ചോദിച്ചു.

"കൂട്ടരേ, എനിക്ക് വല്ലാതെ വിശക്കുന്നു, ആരെങ്കിലും എനിക്ക് കുറച്ച് ഡൂൺബർ (ഒരുതരം പരിപ്പ്) തരൂ. ഞാൻ കഞ്ഞി ഉണ്ടാക്കി ക്കഴിച്ചോളാം." പക്ഷേ, ആരും അവനെ സഹായിച്ചില്ല. ഒരുത്തനും അവന് വിശപ്പടക്കാൻ എന്തെങ്കിലും നൽകുകയോ ഒരാശ്വാസ വാക്ക് പറയുകയോ ചെയ്തില്ല. അതുകണ്ട അവന് അടക്കാനാകാത്ത അമർഷം തോന്നി; നിയന്ത്രിക്കാനാകാത്ത കോപവും. അവൻ ഉച്ചത്തിൽ പറഞ്ഞു:

"ഈ നശിച്ച നാട്ടിൽനിന്ന് ഞാൻ എങ്ങോട്ടെങ്കിലും പോവുകയാ ദൂരെ എവിടെയെങ്കിലും, പരസ്പരം അറിയാൻ പാടില്ലാത്തവരുടെ നടുവിൽ പോയി ജീവിച്ചുകൊള്ളാം. അതായിരിക്കും നല്ലത്. ഇവിടെ നിന്നാൽ സ്വന്തം ആളുകൾ തന്നെ എന്നെ പട്ടിണിയിട്ട് കൊല്ലും."

അങ്ങനെ പറഞ്ഞ് വ്യൂറുണ്ണാ ആ ഗ്രാമത്തിൽനിന്നും നടന്നു പോയി. കുറെയേറെ ദൂരം നടന്നു കഴിഞ്ഞപ്പോൾ പാതയോരത്ത് തേനീച്ചക്കൂട കളിൽനിന്ന് തേൻ ശേഖരിച്ചുകൊണ്ടിരുന്ന ഒരു വൃദ്ധനെ കണ്ടു. വ്യൂറ ണ്ണയും ആ വൃദ്ധൻ തന്നെത്തന്നെ ശ്രദ്ധയോടെ നോക്കുന്നതുപോലെ

തോന്നി. അതുകൊണ്ട് അയാൾ ആ വൃദ്ധന്റെയടുത്തേക്ക് ചെന്നു. അപ്പോഴാണ് ആ വൃദ്ധന് കണ്ണുകൾ ഇല്ലെന്ന് വ്വറുണ്ണയ്ക്ക് മനസിലായത്. ആ കാഴ്ചയും അറിവും വ്വറുണ്ണയെ ഭയപ്പെടുത്തി. 'കണ്ണുകൾ ഇല്ലാത്ത ഒരു മനുഷ്യൻ എങ്ങനെയാണ് തുറിച്ചുനോക്കി നിന്നത്? അതും താൻ യാതൊരു വിധ ശബ്ദവും ഉണ്ടാക്കാതിരുന്നിട്ടും. അയാൾക്ക് തന്റെ ആഗമനം എങ്ങനെ മനസിലാക്കാൻ കഴിഞ്ഞു?. വ്വറുണ്ണ ചിന്തിച്ചു. ആകപ്പാടെ ഒരു ആശയക്കുഴപ്പം. ഏതായാലും ധൈര്യം അവലംബിച്ച് വ്വറുണ്ണ അയാളോട് സംസാരിക്കാൻ തീർച്ചയാക്കി. നേരെ അയാളുടെ അടുത്തേക്ക് ചെന്ന് ചോദിച്ചു.

"സഹോദരാ താങ്കളുടെ പേരെന്താ? ഞാൻ കുറേ ദൂരെനിന്ന് വരുന്നു. എനിക്ക് നല്ല വിശപ്പുണ്ട്. എന്തെങ്കിലും ഭക്ഷണം തന്ന് എന്നെ സഹായിക്കാമോ?"

"ഓ, അങ്ങനെയോ."

അയാൾ ഇലകൊണ്ട് ഒരു കുമ്പിൾ കുത്തി അതിൽ കുറേ തേൻ ഒഴിച്ച് വ്വറുണ്ണയ്ക്ക് കൊടുത്തു.

"അപ്പോൾ താങ്കൾ നടന്ന് ക്ഷീണിച്ചിട്ടുണ്ടാകുമല്ലോ. എന്റെ കൂടെ ഞങ്ങളുടെ വാസസ്ഥലത്തേക്ക് വരിക. കുറച്ച് വിശ്രമിച്ചതിനുശേഷം പോകാം. ങാ, പിന്നെ ഒരു കാര്യം. ഞങ്ങളുടെ ഗോത്രത്തിൽ പെട്ട ആർക്കും കണ്ണുകളില്ല. എല്ലാവരും അവരുടെ മൂക്കിൽ കൂടിയാണ് കാണുന്നത്. ങാ, പറഞ്ഞില്ലല്ലോ എന്റെ പേര് മൊറോണ. വന്നോളൂ, എന്റെക്കൂടെ വന്നോളൂ."

അത്രയും പറഞ്ഞിട്ട് അയാൾ നടന്നു, വ്വറുണ്ണ അയാളുടെ പിറകിലും. പക്ഷേ, വ്വറുണ്ണിയുടെ മനസിൽനിന്നും ഭയം മാറിയിരുന്നില്ല. ഇങ്ങനെയും മനുഷ്യരുണ്ടോ എന്ന് അയാൾ ചിന്തിച്ചു. ഒരു ഗോത്രം മുഴുവൻ കണ്ണില്ലാത്ത, മൂക്കിൽകൂടി കാണുന്ന മനുഷ്യർ? കുറച്ചുമുന്നോട്ട് നടന്നപ്പോൾ മൊറോണ തന്നെ അധികം ശ്രദ്ധിക്കുന്നില്ല എന്ന് തോന്നിയ ഒരവസരം കിട്ടിയപ്പോൾ വ്വറുണ്ണ മറ്റൊരു ദിശയിൽ വേഗം നടന്നു. പിന്നീട് ഓടി മൊറോണയുടെ അടുക്കൽനിന്ന് രക്ഷപ്പെട്ടു.

കുറേയധികം ഓടി ക്ഷീണിച്ച വ്വറുണ്ണ അവിടെക്കണ്ട സാമാന്യം വലിയ ഒരു കുളത്തിൽനിന്ന് ധാരാളം വെള്ളം കുടിച്ചു. പിന്നീട് കുളക്കരയിൽത്തന്നെ കിടന്ന് ഉറങ്ങി. അടുത്ത ദിവസം രാവിലെ ഉണർന്ന വ്വറുണ്ണ കുളത്തിൽനിന്ന് വെള്ളമെടുത്ത് മുഖം കഴുകാം എന്ന് കരുതി. പക്ഷേ, തികച്ചും അതിശയകരമായ രീതിയിൽ അവിടെ കുളം കണ്ടില്ല.

പകരം ഒരു വിശാലമായ മൈതാനമാണ് മുന്നിൽ കണ്ടത്. അത് വ്യറുണ്ണാക്ക് തികഞ്ഞ ആശ്ചര്യം നൽകി. തലേദിവസം ഉറങ്ങാൻ കിടന്നപ്പോൾ ഒരു വലിയ കുളം; അടുത്ത ദിവസം കാലത്ത് അവിടെ വിശാലമായ മൈതാനം. ഇതെന്തൊരു നാടാണെന്ന് വ്യറുണ്ണ സ്വയം ചോദിച്ചുപോയി. അപ്പോൾ അവിടെ ഒരു ചുഴലിക്കാറ്റ് വരുന്നതിന്റെ സൂചനകൾ കണ്ടു. കുറച്ച് മരവുരി കിട്ടിയിരുന്നെങ്കിൽ അതുകൊണ്ട് ഒരു ദുർദ്ദർ (കുടിൽ) ഉണ്ടാക്കി കാറ്റും മഴയും വന്നാൽ അതിനകത്ത് ഇരിക്കാമായിരുന്നു എന്ന് കരുതി മരവുരിക്കുവേണ്ടി അടുത്തുകണ്ട കാട്ടിൽ തിരഞ്ഞു. അവിടെ കണ്ട ചില കൊമ്പുകൾ വെട്ടിയെടുത്തു. കുറച്ചകലെയായി കിടന്നിരുന്ന മരവുരി എടുക്കാൻ ശ്രമിച്ചപ്പോൾ വളരെ ഉച്ചത്തിൽ കർക്കശമായ ശബ്ദത്തിൽ ആരോ പറയുന്നത് കേട്ടു:

"ഞാൻ ബ്യൽഘന. ആരാണ് എന്റെ മരവുരികൾ എടുക്കുന്നത്?"

തിരിഞ്ഞുനോക്കിയപ്പോൾ കണ്ടത് അതികായനായ ഒരു ജന്തു വിനെയാണ്. അയാൾ മനുഷ്യനായിരുന്നോ, അതോ മറ്റവല്ല മൃഗവും - വ്യറുണ്ണക്ക് തീർച്ചയാക്കാൻ കഴിഞ്ഞില്ല. ഏതായാലും വ്യറുണ്ണ സ്വന്തം ആയുധങ്ങൾ എടുത്തുകൊണ്ട് ജീവനംകൊണ്ട് അവിടെനിന്ന് ഓടി. മനസിൽ എന്തെന്നില്ലാത്ത ഭയവും. ഓടാവുന്നത്ര ഓടി ക്ഷീണിച്ചപ്പോൾ എത്തിയത് ഒരു നദിക്കരയിലാണ്. തളർന്ന് അവിടെയിരിക്കുമ്പോൾ ഒരു കൂട്ടം എമു പക്ഷികൾ വെള്ളം കുടിക്കാൻ നദിക്കരയിലെത്തി. വ്യറുണ്ണ മറ്റൊരു കാര്യംകൂടി ശ്രദ്ധിച്ചു. പക്ഷികൾ രണ്ട് കൂട്ടങ്ങളായാണ് എത്തിയത്. ആദ്യമെത്തിയ പക്ഷിക്കൂട്ടത്തിന് ചിറകുകളും തൂവലുകളും ഉണ്ടായിരുന്നു. എന്നാൽ പിമ്പേവന്ന കൂട്ടത്തിന് ചിറകുകളും തൂവലുകളും ഇല്ലായിരുന്നു; എങ്കിലും കാഴ്ചയിൽ എമുക്കളെപ്പോലെയായിരുന്നു അവറ്റയും എന്നാണ് വ്യറുണ്ണക്ക് തോന്നിയത്. ഏതായാലും കിട്ടിയത് നല്ല ഒരവസരമല്ലേ? ഒന്നിനെ അമ്പെയ്ത് വീഴ്ത്തിയാൽ ആഹാരത്തിന് വകയാകും എന്ന് അവൻ കരുതി. അമ്പെയ്യാൻ തയാറെടുത്ത് പക്ഷികൾ ശ്രദ്ധിക്കാത്തവിധം ഒരു മരത്തിൽ വ്യറുണ്ണ കയറി. അതിന്റെ കൊമ്പിലിരുന്ന് അമ്പെയ്യാൻ സൗകര്യമായിരുന്നു. ഉന്നം നോക്കി വ്യറുണ്ണ തൂവലില്ലാത്ത ഒന്നിനെ എയ്തു വീഴ്ത്തി. പിന്നീട് കൊന്നിട്ട പക്ഷിയെ എടുക്കാനായി മരത്തിൽനിന്ന് ഇറങ്ങിയപ്പോഴാണ് തനിക്കുപറ്റിയ വലിയ അബദ്ധം മനസിലായത്. താൻ എയ്ത് വീഴ്ത്തിയിരുന്നത് പക്ഷിയെ ആയിരുന്നില്ല; ഒരു മനുഷ്യനെത്തന്നെയായിരുന്നു. തൂവലുകൾ ഇല്ലാത്ത പക്ഷികൾ എന്ന് വ്യറുണ്ണ വിശ്വസിച്ചത് വാസ്തവത്തിൽ ഒരു കറുത്തവനാ യിരുന്നു. മരിച്ച വീണ ശരീരത്തിനച്ചുറ്റും കൂട്ടുകാർ കൂടിനിന്ന് ഉറക്കെ കരഞ്ഞുകൊണ്ടിരുന്ന ആ സമയത്ത് ആരുടെയും കണ്ണിൽപെടാതെ

വ്യറ്റണ്ണാ ജീവനുംകൊണ്ടോടി.

അങ്ങനെ ഓടിച്ചെന്നെത്തിയത് പെണ്ണങ്ങൾ മാത്രമുണ്ടായിരുന്ന ഒരു താവളത്തിലാണ്. വ്യറ്റണ്ണ ഇനി എന്ത് എന്ന് ആദ്യം ഭയന്നുവെങ്കിലും അൽപസമയത്തിനുള്ളിൽ ഭയപ്പെടേണ്ടതില്ലെന്ന് മനസിലായി. അവിടെയുണ്ടായിരുന്ന ഏഴ് ചെറുപ്പക്കാരികളായ സ്ത്രീകളും വ്യറ്റണ്ണായോട് സ്നേഹത്തോടെയാണ് പെരുമാറിയത്. അവർ അവന് ആഹാരം നൽകി. രാത്രി അവിടെ ഉറങ്ങാൻ സൗകര്യവും ചെയ്ത് കൊടുത്തു. ഉറങ്ങാൻ പോകുന്നതിനുമുമ്പ് വ്യറ്റണ്ണാ അവരോട് ചോദിച്ചു:

"പ്രിയപ്പെട്ടവരെ, നിങ്ങൾ എങ്ങനെ ഇവിടെ സ്ത്രീകൾ മാത്രമായി താമസിക്കുന്നു? നിങ്ങളുടെ മറ്റ് ആളുകൾ എവിടെ?"

"ഓ, ഞങ്ങൾ ഈ നാട്ടുകാരല്ല. വളരെ ദൂരെയുള്ള ഒരു നാട്ടിൽനിന്ന് ഈ സ്ഥലങ്ങളൊക്കെ എങ്ങനെയുണ്ടെന്ന് അറിയാനുള്ള കൗതുകം കൊണ്ട് ഞങ്ങൾ മാത്രം ഇവിടെ വന്നതാണ്. ഞങ്ങൾ മിയോമി എന്ന ഗോത്രവർഗത്തിൽ പെട്ടവരാണ്. രണ്ടുമൂന്ന് ദിവസം ഇവിടെ താമസിച്ചിട്ട് ഞങ്ങൾ ഞങ്ങളുടെ നാട്ടിലേക്ക് തിരിച്ചപോകും" അവർ പറഞ്ഞു.

അടുത്ത ദിവസം രാവിലെ തന്നെ വ്യറ്റണ്ണാ അവരോട് സഹായങ്ങൾ ക്ക് നന്ദി പറഞ്ഞ് യാത്രതിരിച്ചു. പക്ഷേ. യാത്ര തുടങ്ങിയപ്പോൾ വ്യറ്റണ്ണ ആലോചിച്ചു. 'ഈ സ്ത്രീകൾ ഇവിടെ എന്താണ് ചെയ്യുന്നതെന്ന് ഒന്ന് രഹസ്യമായി ശ്രദ്ധിച്ചാലോ' എന്ന്. വ്യറ്റണ്ണ അടുത്തുള്ള കുറ്റിക്കാട്ടിൽ ഒളിച്ചിരുന്നു.

അൽപസമയം കഴിഞ്ഞപ്പോൾ ആസ്ത്രീകൾ കയ്യിൽ ഓരോ പ്ര ത്യേകതരം ദണ്ഡുകളുമായി അവരുടെ ദർഭറിൽനിന്ന് പുറത്തിറങ്ങി. എല്ലാവരും അൽപദൂരം നടന്ന് കുറ്റിച്ചെടികൾ വളർന്നുനിന്നിരുന്ന ഒരു സ്ഥലത്ത് ദണ്ഡുകൾ കൊണ്ട് കുറേശ്ശ ഇളക്കാൻ തുടങ്ങി. മണ്ണ് ഇളക്കിയ സ്ഥലത്ത് മണ്ണിനടിയിൽ ധാരാളം ഈയാംപാറ്റകൾ ഉണ്ടായിരുന്നു. അവർ ഈയാംപാറ്റകളെ ഒന്നൊന്നായി പെറുക്കിയെടുത്തു. ധാരാളം പാറ്റകളെ ശേഖരിച്ചതിനു ശേഷം തങ്ങളുടെ ദണ്ഡുകൾ അലക്ഷ്യമായി അവിടവിടെ ഇട്ടിട്ട് എല്ലാവരും ചുറ്റിയിരുന്ന് ഈയാംപാറ്റകളെ സ്വാ ദിഷ്ടമായ ഒരു ഭക്ഷണമെന്നതുപോലെ തിന്നാൻ തുടങ്ങി. ധാരാളം ഇഷ്ടപ്പെട്ട ഭക്ഷണം കഴിക്കുന്ന ഉത്സാഹത്തിലായിരുന്ന എല്ലാവരും. അതെല്ലാം കണ്ടുകൊണ്ടിരുന്ന വ്യറ്റണ്ണ ചിന്തിച്ചു. 'ഞാനും എത്രനാളാണ് ഇങ്ങനെ ഒറ്റയ്ക്ക് കഴിയുക. എന്തുകൊണ്ട് ഈ സ്ത്രീകളിൽ രണ്ടുപേരെ പിടി ച്ചുകൊണ്ടുപോയി എന്റെ ഭാര്യമാരാക്കി അവരോടൊപ്പം ജീവിച്ചൂകൂട.'

വ്യൂറുണ്ണ തന്ത്രപരമായി അവർ കാണാതെ രണ്ട് ദണ്ഡുകൾ എടുത്ത് താൻ മറഞ്ഞിരുന്ന ചെടികൾക്കടുത്തായി മറച്ചുവെച്ചു. അൽപസമയത്തിന പ്പുറം ആ സ്ത്രീകൾ സന്തോഷത്തോടെ തങ്ങളുടെ ദണ്ഡുകളമെടുത്ത് അവരുടെ ദർദ്ദുറിലേക്ക് നടന്നു. പക്ഷേ, രണ്ടുപേർ മാത്രം അവരുടെ ദണ്ഡുകൾ തിരഞ്ഞുകൊണ്ടേയിരുന്നു. ആ സമയത്ത് അവർ തന്നെ കാണുകയില്ലെന്ന് ഉറപ്പുവരുത്തിക്കൊണ്ട് വ്യൂറുണ്ണ അവരുടെ ദണ്ഡുകൾ കുറ്റിക്കാടിന് നടുവിൽ, എന്നാൽ കാണത്തക്ക രീതിയിൽ, മണ്ണിൽ തറപ്പിച്ച് ഉറപ്പിച്ചുനിർത്തി. തേടിക്കൊണ്ടിരുന്ന സ്ത്രീകൾ ദണ്ഡുകൾ കണ്ടയുടനെ:

"ഓ, ദാ നമ്മുടെ ദണ്ഡുകൾ. പക്ഷേ, ഈ ദണ്ഡുകൾ എങ്ങനെ ഇവിടെയെത്തി. നമ്മളിങ്ങനെയല്ലല്ലോ ദണ്ഡുകൾ വെച്ചത്" എന്നു പറഞ്ഞുകൊണ്ട് ഓടിയെത്തി ദണ്ഡുകൾ ഭൂമിയിൽനിന്ന് ഇളക്കിയെ ടുത്തു. ആ സമയത്ത് വ്യൂറുണ്ണ അവരുടെ പിറകിൽനിന്ന് രണ്ടുപേരെയും തന്റെ ബലമുള്ള കൈകളിൽ ഇറുക്കിപ്പിടിച്ചു. ഇടുപ്പിൽ ചുറ്റി ബലമായി പിടിച്ച വ്യൂറുണ്ണായുടെ കൈകളിൽനിന്ന് പിടിവിട്ടുവിക്കുവാൻ അവർ കഴിയുന്നത്ര ശ്രമിച്ചുവെങ്കിലും കഴിഞ്ഞില്ല. അവരുടെ ശബ്ദംവെക്കലും കരച്ചിലും ആരും കേട്ടില്ല. ഒടുവിൽ വ്യൂറുണ്ണായ്ക്ക് കീഴടങ്ങിയ അവരോട് അയാൾ പറഞ്ഞു:

"നോക്ക്, എന്നോട് വഴക്കിടാൻ നിൽക്കാതെ സഹകരിച്ചാൽ നിങ്ങൾക്ക് എന്റെ ഭാര്യമാരായി സസുഖം ജീവിക്കാം. ഞാൻ നിങ്ങളെ നല്ലതുപോലെ സംരക്ഷിക്കാം. മറിച്ച് വഴക്കിടാനാണ് ഭാവമെങ്കിൽ രണ്ടിനേയും ഞാൻ എന്റെ കോടാലികൊണ്ട് ഇണ്ടുഇണ്ടാക്കി ആറ്റിൽ എറിയും. എന്താ, ആലോചിച്ച് തീർച്ചയാക്കിക്കോ."

"പക്ഷേ, ഞങ്ങളുടെ സഹോദരിമാർ എന്നെങ്കിലും ഞങ്ങളെ അന്വേ ഷിച്ച് വന്നാൽ?"

"അതൊക്കെ അവർ വരുമ്പോളല്ലെ. അപ്പോൾ ഞാൻ നോക്കി ക്കോളാം."

പിന്നീട് അവർ രണ്ടുപേരും ഒന്നും പറഞ്ഞില്ല. അവരുടെ മൗനം സമ്മതലക്ഷണമെന്ന് കരുതി വ്യൂറുണ്ണ അവരേയുംകൊണ്ട് വളരെ വളരെ ദൂരം നടന്നു. അങ്ങനെ ദൂരെയെവിടെയുമാണെങ്കിൽ അവരുടെ സഹോദരിമാർ അവരെ അന്വേഷിച്ചെത്തുന്നതിനുള്ള സാധ്യത കുറ വായിരിക്കുമെന്ന് അയാൾ കരുതി. കുറേയേറെ ദൂരത്ത് ഒരു സ്ഥലം തിരഞ്ഞെടുത്ത് വ്യൂറുണ്ണാ അവിടെ ഒരു ദർദ്ദുറുണ്ടാക്കി താമസിച്ചു. ആ

രണ്ട് മിയേമി സ്ത്രീകളും അയാളോടൊപ്പം അടങ്ങിയൊതുങ്ങി നല്ല ഭാര്യമാരായി ജീവിച്ചു. എങ്കിലും അവർ ഇടയ്ക്കിടയ്ക്ക് അവരുടെ മറ്റസഹോ ദരിമാരെക്കുറിച്ച് സംസാരിക്കാറുണ്ടായിരുന്നു. എപ്പോഴെങ്കിലും സ്വന്തം നാട്ടിലേക്ക് തിരിച്ചപോകാനും സഹോദരിമാരുമായി ഒത്തുചേരാൻ കഴിയുമെന്നും അവർ ഗ്രഹിച്ചു.

ഒരു ദിവസം വ്വറുണ്ണ വേട്ടയാടിക്കിട്ടിയ പന്നിയിറച്ചി തീയിൽ ചുട്ടെ ടുക്കാനുള്ള ശ്രമത്തിലായിരുന്നു. പക്ഷേ, വേണ്ടത്ര ശക്തിയിൽ തീ കത്താതിരുന്നതുകൊണ്ട് വ്വറുണ്ണ ഭാര്യമരോട് പറഞ്ഞു:

"ഈ തീ ശരിക്ക് കത്തുന്നില്ലല്ലോ. നിങ്ങൾ പോയി അടുത്തുള്ള പൈൻ മരങ്ങളുടെ കുറേ തൊലി വെട്ടിക്കൊണ്ടുവാ. വേഗംവാ."

"അയ്യോ, ഞങ്ങൾ പൈൻ മരത്തിൽ വെട്ടുകയില്ല. അത് ഞങ്ങളുടെ വലിയ വിനാശത്തിന് കാരണമാകും എന്ന് ഞങ്ങളുടെ ഗോത്രുക്കാർ വിശ്വസിക്കുന്നു."

"എനിക്ക് നിങ്ങളുടെ വിശ്വാസമൊന്നും കേൾക്കണ്ട. വേഗം പോയി പറഞ്ഞതുപോലെ ചെയ്യൂ."

"ഞങ്ങൾ ഒരിക്കെൽക്കൂടി പറയുകയാ. പൈൻ മരത്തിൽ വെട്ടിയാൽ പിന്നെ ഞങ്ങളെ നിങ്ങളുടെ കൂടെ ജീവിക്കാൻ കിട്ടുകയില്ല. അത് ഞങ്ങൾക്കറിയാം"

"ഛീ, പറഞ്ഞതുകേട്ടാൽ മതി. ഉടനെ പറഞ്ഞതുപോലെ പൈൻമ രത്തോൽ വെട്ടിക്കൊണ്ടുവന്നില്ലെങ്കിൽ പിന്നെ എന്റെ മഴുവായിരിക്കും നിങ്ങളുടെ കഴുത്ത് വെട്ടുന്നത്. പോക്കോ വേഗം."

ആ സ്ത്രീകൾ വെട്ടുകത്തികളുമെടുത്ത് പൈൻ മരങ്ങളുടെ അടുത്തേ ക്ക് പോയി. പിന്നീട് ഓരോരുത്തരും ഓരോ മരത്തിൽ ആഞ്ഞു വെട്ടി. വെട്ടിയയും രണ്ട് മരങ്ങളും ആ സ്ത്രീകളേയും വഹിച്ചുകൊണ്ട് മേലേക്ക് വളരാൻ ഇടങ്ങി. വളർന്നുവളർന്ന് കണ്ണെത്താത്ത ഉയരത്തിലേക്ക് രണ്ട മരങ്ങളും വളർന്നു. മരം വെട്ടുന്ന ശബ്ദം കേൾക്കാതായപ്പോൾ വ്വറുണ്ണ ആ മരങ്ങൾ നിന്നിരുന്ന സ്ഥലത്തേക്ക് ചെന്നു. എന്താണ് സംഭവിക്ക നതെന്ന് അന്വേഷിക്കണമല്ലോ. മരങ്ങളുടെ അടുത്തെത്തിയപ്പോൾ വ്വറുണ്ണ കണ്ടത് അതിശയകരമായ ആ കാഴ്ചയാണ്. മരങ്ങൾ രണ്ടും ആകാശം തൊട്ടുന്ന അളവിൽ വളർന്നുനിന്നു; മരങ്ങളുടെ മുകളിലത്തെ കൊമ്പുകളിൽ ഓരോന്നിലും അയാളുടെ ഭാര്യമാരും.

"ഏയ്, എന്താ നിങ്ങളീകാണിക്കുന്നത്? വേഗം താഴേക്ക് ഇറങ്ങിവാ.

വേഗം." അയാൾ ഉറക്കെ വിളിച്ചുപറഞ്ഞു.

"ഞങ്ങൾക്ക് ഇവിടെനിന്നും ഇറങ്ങാൻ കഴിയുന്നില്ല. ഇതാ, ഈ മരങ്ങൾ മുകളിലേക്കുതന്നെ പോകുന്നു."

അയാൾ താഴെനിന്ന് കുറേയധികം ശബ്ദമെട്ടത്തെങ്കിലും ഒരു പ്രയോജനവുമുണ്ടായില്ല. ആ പൈൻമരങ്ങൾ ആകാശംമുട്ടിനിന്നു എന്ന് അയാൾക്കുതോന്നി. മാത്രമല്ല തന്റെ ഭാര്യമാരുടെ പഴയകൂട്ടുകാരികൾ - സഹോദരിമാർ - അഞ്ചുപേരും ആകാശത്തുനിന്ന് അയാളുടെ ഭാര്യമാരെ വിളിക്കുന്നതും കൈകൊട്ടത്ത് അവരെ മുകളിലേക്ക്, ആകാശത്തിലേക്ക് വലിച്ചുകയറ്റുന്നതും അയാൾക്ക് കാണാൻ കഴിഞ്ഞു.

നോക്കൂ, ആകാശത്തേക്ക് നോക്കൂ. ഒരു പക്ഷേ നിങ്ങൾക്കും ആ ഏഴ് സഹാദരിമാരും ആകാശത്ത് ഒന്നിച്ചുചേർന്ന് ജ്വലിച്ചുനിൽക്കുന്നത് കാണാൻ കഴിയും. ഏഴ് സഹോദരിമാർ എന്ന പേരിൽ ലോകമൊട്ടുക്കും അറിയപ്പെടുന്ന ആ നക്ഷത്രസമൂഹത്തിൽ ഉള്ളത് ആ ഏഴ് സഹോദരിമാരാണെന്ന് ഓസ്ട്രേലിയയിലെ ആദിമ സമൂഹം വിശ്വസിക്കുന്നു.

കുറിപ്പ്:

ഏഴ് സഹോദരിമാർ എന്ന പേരിൽ (ഇംഗ്ലീഷിൽ Plciades അല്ലെങ്കിൽ M.45) എന്നറിയപ്പെടുന്ന നക്ഷത്രസമൂഹത്തെക്കുറിച്ച് എല്ലാ നാട്ടുകളിലും എല്ലാ സമൂഹങ്ങളിലും പലപല കഥകളും വിശ്വാസങ്ങളും ഉണ്ട്. ഭൂമിയോട് ഏറ്റവും അടുത്ത് സ്ഥിതിചെയ്യുന്ന ഈ നക്ഷത്രസമൂഹത്തിലുള്ള ഏഴ് നക്ഷത്രങ്ങളുടെ ഇംഗ്ലീഷിലുള്ള പേരുകൾ:-

Alcyone

Atlas

Electra

Taygeta

Pleione

Merope

Maia.

നീല നിറത്തോട്ടുകൂടിയ ഈ നക്ഷത്രങ്ങളെ ഭൂമിയുടെ ഏതാണ്ട് എല്ലാ ഭാഗത്തുനിന്നും രാത്രി സമയങ്ങളിൽ നമ്മുടെ കണ്ണുകൾകൊണ്ട് കാണാൻ കഴിയും.

ഭൂമിയിൽനിന്ന് ഏതാണ്ട് 3.0857×10^{13} കിലോമീറ്റർ ദൂരെയാണ് ഏഴ് സുന്ദരിമാരുടെ സ്ഥാനം എന്ന് കണക്കാക്കപ്പെട്ടിരിക്കുന്നു. മറ്റൊരു സവിശേഷത ഏതാണ്ട് എല്ലാ മതഗ്രന്ഥങ്ങളിലും ഈ സഹോദരിമാരെ ക്കുറിച്ചുള്ള പരാമർശങ്ങളുണ്ട് എന്നതാണ്. ബൈബിളിൽ (11:2-3) ഇവയെ അടയാളപ്പെടുത്തുന്നത് പല നല്ല കാര്യങ്ങളുടെയും പ്രതീകങ്ങളായിട്ടാണ്;

Spirit of the Lord, Wisdom, Understanding, Consel, Might, knowledge, Fear of the Lord. ഖുറാനിലും sura an-Najm. എന്ന 53-ാമത്തെ അധ്യായത്തിലും ഈ നക്ഷത്രങ്ങളെക്കുറിച്ച് പരാമർശിക്കുന്നു. ഹിന്ദു പിരാണങ്ങളിൽ ഈ നക്ഷത്രങ്ങളെ ശിവപുത്രനായ 'മുരുഗനെ' വളർത്തിയ കൃത്തികപെൺകളായാണ് കാണുന്നത്.

ഉദയ നക്ഷത്രം

ഉദയ നക്ഷത്രം എന്നാൽ എന്താണെന്ന് നിങ്ങൾക്കറിയില്ലേ? ഇംഗ്ലീഷിൽ മോണിങ്ങ് സ്റ്റാർ Morning Star എന്ന് പറഞ്ഞാൽ പലപ്പോഴും ശുക്ര ഗ്രഹവുമായി (Venus) ബന്ധിച്ചാണ് നാം മനസിലാക്കുന്നത്. പാശ്ചാത്യ സാഹിത്യത്തിൽ - സംസ്കാരത്തിൽ മോണിങ്ങ് സ്റ്റാറിനെ സാത്താനുമായി ബന്ധിപ്പിച്ചും പറയാറുണ്ട്. ശുക്രഗ്രഹത്തെ പലപ്പോഴും ഒരു നക്ഷത്രമായും കണക്കാക്കാറുണ്ട്. ഇത്തരണത്തിൽ സാധാരണയായി നാം പറയാറുള്ള, കേൾക്കാറുള്ള മറ്റ ഗ്രഹങ്ങൾ ഏതൊക്കെയാണെന്നും അവയ്ക്ക് ഇംഗ്ലീഷിലും മലയാളത്തിലും എന്തു പേരുകളാണ് എന്നും ഒന്നറിഞ്ഞിരിക്കുന്നത് നല്ലതല്ലേ.

സൂര്യൻ	Sun
ചന്ദ്രൻ	Moon
ബുധൻ	Mercury
ശുക്രൻ	Venus
ചൊവ്വ	Mars
ഭൂമി	Earth
ഗുരു	Jupiter
ശനി	Saturn
യുറേനസ്	Uranus
നെപ്ട്യൂൺ	Neptune
പ്ലൂട്ടോ	pluto

ഭൂമിയുടെ സഹോദരി എന്ന് അറിയപ്പെടുന്ന ശുക്രനക്ഷത്രം പുലർച്ചയ്ക്ക് കുറച്ച് മുമ്പായി ആകാശത്ത് ജ്വലിച്ചുനിൽക്കുന്നത് നമുക്ക് കാണാൻ കഴിയും. ആകാശത്തിൽ ചന്ദ്രനശേഷം ഏറ്റവും കൂടുതൽ ശോഭിച്ചു നിൽക്കുന്നത് എന്നതുകൊണ്ടും പ്രഭാതത്തിനു മുന്നോടിയായി കാണാൻ കഴിയുന്നു എന്നതുകൊണ്ടും ഇതിന് ഉദയ നക്ഷത്രം എന്ന പേരും യോജിക്കുന്നതാണ്. ഈ കഥ മുല്ലയന് എന്ന കഴുകനെയും ഉദയ നക്ഷത്രം എന്ന സങ്കൽപത്തെയും ബന്ധിപ്പിക്കുന്ന ഒന്നാണ്.

മുല്ലയൻ തന്റെ ഗോത്രസമൂഹത്തിൽ നിന്നും ഒരല്പം ഒറ്റപ്പെട്ട് സ്വന്തമായി ഒരു കുടിൽ യാരൻ മരത്തിന്റെ കൊമ്പിൽ ഉണ്ടാക്കി അതിൽ താമസിക്കാൻ തുടങ്ങി. താമസം അയാളുടെ ഭാര്യ മൂഡിയും, അമ്മായിഅമ്മ മൂഡായിയും ഒന്നിച്ചായിരുന്നു. അവർ രണ്ടുപേരും പറക്കുന്ന അണ്ണാൻ ഗോത്രത്തിൽ പെട്ടവരായിരുന്നു. അയാളും ഭാര്യയും അമ്മായിഅമ്മയും നരമാംസഭോജികളായിരുന്നു എന്നതായിരുന്നു ആ പ്രത്യേകത. ആ രഹസ്യം മറ്റുള്ളവർ അറിയാൻ പാടില്ല എന്ന് മുല്ലയന് നിർബന്ധമുണ്ടായിരുന്നു.

മുല്ലയൻ തന്റെ ഹീനകൃത്യത്തിന് ഉപയോഗിച്ചിരുന്നത് ഒരു കുന്തമാണ്; സാധാരണ മൃഗവേട്ടയ്ക്ക് ഉപയോഗിച്ചിരുന്ന കുന്തങ്ങളെ ക്കാൾ നാലിരട്ടി വലുപ്പമുള്ള ഒരു കുന്തം. ഏതെങ്കിലും ഒരു കറുത്തവൻ ഒറ്റയ്ക്ക് വേട്ടയ്ക്ക് പോകുന്നതോ അതല്ലെങ്കിൽ ഒറ്റയ്ക്ക് നടക്കുന്നതോ കണ്ടാൽ മുല്ലയൻ അയാളെ പിന്തുടർന്ന് അവസരോചിതമായി പിന്നിൽനിന്ന് കുന്തംകൊണ്ട് കുത്തിവീഴ്ത്തും. പിന്നീട് അയാളുടെ ശരീരം തുണ്ടംതുണ്ടമായി വെട്ടിയെടുത്ത് ഒരു ചാക്കിലാക്കി അയാളുടെ യാരൻ മരമുകളിലുള്ള കുടിലിൽ എത്തിക്കും. ആ മാംസം മൂഡിയും മൂഡായിയും ചേർന്ന് പാകംചെയ്യും. അവർ മൂന്നുപേരും ആ മാംസഭക്ഷണം സന്തോ ഷത്തോടെ രുചിച്ച് കഴിക്കും.

അങ്ങനെ കുറേ നാളുകൾ കഴിഞ്ഞപ്പോൾ താമസക്കാരുടെ എണ്ണം കൃത്യമായി കുറഞ്ഞുവരുന്നു എന്നും കാണാതാകുന്നവർ എങ്ങനെ അപ്ര ത്യക്ഷരായി എന്നതിന് ഒരു കാരണവും തെളിവും പറയാനുണ്ടായിരു ന്നില്ല എന്നും ആ ഗോത്രവർഗക്കാർ മനസിലാക്കി. പക്ഷേ തങ്ങളുടെ ബന്ധുക്കളും സ്നേഹിതന്മാരുമെല്ലാം എങ്ങനെ അപ്രത്യക്ഷരാകുന്നു എന്നറിയാൻ ഒരു മാർഗവും കാണാതായ അവസ്ഥ അവരെ വല്ലാത്ത ആശയക്കുഴപ്പത്തിലാഴ്ത്തി; അതുകൊണ്ടുതന്നെ അവരെല്ലാം ചേർന്ന് ആലോചിച്ച് ഒരു പദ്ധതി ആവിഷ്കരിച്ചു.

അവരുടെ കൂട്ടത്തിൽനിന്ന് ഏറ്റവും ഒടുവിൽ കാണാതായ ആളിന്റെ കാലടയാളം പിന്തുടർന്ന് നിരീക്ഷിക്കുക എന്നതായിരുന്നു പദ്ധതി. അങ്ങനെ സത്യം കണ്ടുപിടിക്കാൻ കഴിയുമെന്ന് അവർ വിശ്വസിച്ചു. കാലടയാളങ്ങൾ നിരീക്ഷിച്ചപ്പോൾ അവർക്ക് ഒരു കാര്യം ബോധ്യമായി. ഒടുവിൽ കാണാതായ ആളിന്റെ കാലടയാളങ്ങൾ നിന്നുപോയ ഇടത്തിൽ മറ്റൊരാളുടെ കാലടയാളം വന്നതും തിരികെ പോകുന്നതും വ്യക്തമായി. തിരികെ നടന്നുപോയ കാലടയയളങ്ങൾ അവസാനിച്ചത് മുല്ലയന്റെ കുടിൽ ഇരുന്ന യാരൻമരച്ചവട്ടിലായിരുന്നു. മുല്ലയനാണ് തങ്ങളുടെ ബന്ധുക്കളുടെയും സ്നേഹിതരുടേയും തിരോധാനത്തിന് പിന്നിൽ എന്ന് അവർക്ക് തികച്ചും ബോധ്യമായി. എന്താണ് ചെയ്യുക; അവർ ആലോചിച്ചു. അവർക്കാർക്കും മരത്തിൽ, പ്രത്യേകിച്ച് ഉയരംകൂടിയ മരത്തിൽ കയറാൻ വശമില്ലായിരുന്നു. അതുകൊണ്ട് അവർ അടുത്തുള്ള മറ്റൊരു ഗോത്രത്തിലെ രണ്ട് ചെറുപ്പക്കാരെ സഹായത്തിനായി ക്ഷണിച്ചു. 'മരംകേറി എലികൾ' ഗോത്രത്തിൽപ്പെട്ട ആ ചെറുപ്പക്കാർക്ക് മരം കയറാൻ നല്ല വശമായിരുന്നു. അവർ രണ്ടുപേരും ഉടനെതന്നെ അവിടെ എത്തുകയും മരത്തിൽ കയറാൻ വേണ്ട ശ്രമം ആരംഭിക്കുകയും ചെയ്തു. അന്നത്തെ ദിവസം അവർ ആ ഉയർന്ന യരാ മരത്തിന്റെ പകുതിവരെ കയറി; അവിടെ ഇരുന്നുകൊണ്ട് മുല്ലയന്റെ നടത്തങ്ങൾ ശ്രദ്ധിച്ചു. പിന്നീട് അടുത്തദിവസം അതികാലത്ത് ഒച്ചയുണ്ടാക്കാതെ, നിശബ്ദരായി മുല്ലയന്റെ ദുർദൂറിനകത്ത് (കുടിലിനകത്ത്) കയറി. മൂന്ന് അറകളുണ്ടായിരുന്ന ആ ദുർദൂറിൽ ഒന്നിൽ മുല്ലയനും മറ്റൊന്നിൽ മൂഡിയും മൂഡായിയും വിശ്രമിക്കുന്ന സമയമായിരുന്നു അത്. ആതക്കം നോക്കി ചെറുപ്പക്കാർ ഒരു പുകയുന്നകൊള്ളി മുല്ലയന്റെ ഭക്ഷണമുണ്ടാക്കാനും മറ്റും ഉപയോഗിച്ചിരുന്ന ദുർദൂറിലെ മൂന്നാമത്തെ അറയിൽ (വേണമെങ്കിൽ അടുക്കള എന്ന് പറയാം) നിക്ഷേപിച്ചു. കുറച്ച് വൈക്കോലും അതിനടുത്ത് വിതറി ഇട്ടു. പുകയുന്ന കൊള്ളിയിൽനിന്ന് തീ വേഗം വൈക്കോലിലേക്ക് പടർന്ന് പിടിക്കും എന്ന് അവർ കരുതി. അങ്ങനെ ചെയ്തതിനുശേഷം അവർ രണ്ടുപേരും മരത്തിൽ നിന്ന് വേഗം താഴെയിറങ്ങി. അവർ മുല്ലയന്റെ വീട്ടിൽ തങ്ങൾ എന്തൊക്കെ ചെയ്തുവെന്ന് ആകാംക്ഷയോടെ മരച്ചവട്ടിൽ കാത്തുനിന്നവരോടെല്ലാം വിവരിച്ച് പറഞ്ഞു. ആ ചെറുപ്പക്കാരുടെ ധിരോദാത്തമായ പ്രവർത്തിയെ അവർ എല്ലാം സന്തോഷത്തോടെ പ്രകീർത്തിച്ച് നിൽക്കുമ്പോൾ മരത്തിന്റെ മുകളിൽ തീ ആളിക്കത്താൻ തുടങ്ങി. തീ വേഗം പടർന്ന് പിടിച്ചതു കൊണ്ട് മുല്ലയനും മൂഡിക്കും മൂഡായിക്കും രക്ഷപ്പെടാൻ കഴിഞ്ഞില്ല. അവശേഷിച്ചത് അവരുടെ ഏതാനും എല്ലുമ്പുകൾ മാത്രമായിരുന്നു.

ആ സംഭവം കറുത്തവർ ഒരു വലിയ ഉത്സവമായി ആഘോഷിച്ചു. എങ്കിലും അവരുടെ ഇതിഹാസങ്ങളനുസരിച്ച് മുല്ലയൻ എന്ന കഴുകനാണ് ഉദയ നക്ഷത്രമായി ആകാശത്ത് ജീവിക്കുന്നത്. ഉദയ നക്ഷത്രത്തിനടുത്തുകാണുന്ന മറ്റൊരു നക്ഷത്രം മൂഡിയും. ആ വിശ്വാസം ഇന്നും അവരുടെ കഥകളിലും മറ്റും കാണാൻ കഴിയും.

'ഗ്ലു' എന്ന വായാടിയും 'വാറ്റ്' ഗോത്രക്കാരും

ഗ്ലു പ്രായമേറിയ ഒരു സ്ത്രീയായിരുന്നു; ഈ കഥ വായിച്ചുകഴിയുമ്പോൾ നിങ്ങൾക്ക് മനസിലാകുന്നതുപോലെ ഒരു ദുഷ്ടയും. ഇംഗ്ലീഷിൽ 'മാഗ്പെ' എന്നറിയപ്പെടുന്ന വായാടിപ്പക്ഷികളെക്കുറിച്ച് നിങ്ങൾ കേട്ടിട്ടില്ലെ. കാക്കയുടെ വർഗത്തിൽപെട്ട ഈ പക്ഷിയെ മലയാളത്തിൽ വണ്ണാത്തിപ്പുള്ള് എന്നും പറയാറുണ്ട്. വളരെയധികം ബുദ്ധിശക്തിയുള്ള ഈ പക്ഷിക്ക് കണ്ണാടിയിൽ നോക്കി സ്വയം തിരിച്ചറിയാൻ കഴിയും എന്ന് കരുതപ്പെടുന്നു. - ഈ കഴിവുള്ള ഒരേയൊരു പക്ഷി ഇത് മാത്രമാണ്. ഗ്ലുവും മാഗ്പെ ഗോത്രത്തിൽ പെട്ട ഒരു വായാടിയായിരുന്നു.

എല്ലാ വർഷവും കൃഷിയെടുപ്പ് കാലമാകുമ്പോൾ വയലുകളിൽ വിളഞ്ഞുനിൽക്കുന്ന ചാമ, കമ്പ്, പഞ്ഞപ്പുല്ല് മുതലായ ചെറുധാന്യങ്ങൾ ധാരാളം ശേഖരിച്ച് വെക്കുന്നത് ഗ്ലുവിന്റെ പതിവായിരുന്നു. മാത്രമല്ല അടുത്ത ഒന്നുരണ്ട് മാസത്തേക്കുള്ള ധാന്യം വൃത്തിയായി പൊടിച്ച് വെയ്ക്കുമായിരുന്നു. പൊടിക്കുന്നതിനു അവർ ഉപയോഗിച്ചിരുന്നത് ഒരു വലിയ പരന്ന കല്ലും കുറേ ചെറിയ ഉരുണ്ട കല്ലുകളുമാണ്. വലിയകല്ലിന്റെ പുറത്ത് ധാന്യം ഇട്ടതിനുശേഷം ചെറിയകല്ലുകൾകൊണ്ട് ഇടിച്ചിടിച്ച് ധാന്യം പൊടിക്കും. അങ്ങനെയായിരുന്നു അക്കാലത്ത്. (നമ്മുടെ പുരാതന വീട്ടുകളിൽ അമ്മമാർ അരകല്ലും മറ്റും ഉപയോഗിക്കുന്നത് - ഇന്ന് ഗ്രൈൻഡർ എന്നപേരിൽ കിട്ടുന്ന മാവരയ്ക്കാനും പൊടിക്കാനും ഒക്കെ ഉപയോഗിക്കുന്ന യന്ത്രങ്ങളും അന്ന് അവരൊക്കെ ഉപയോഗിച്ചിരുന്ന കല്ലുകളുടെ പുതിയ അവതാരങ്ങളാണെന്ന് പറഞ്ഞാൽ തെറ്റാവുകയില്ല.)

ആവർഷവും ഇല്ല വയലുകളിൽനിന്ന് ധാന്യങ്ങൾ ശേഖരിക്കുകയും വേണ്ട അളവ് പൊടിച്ച് സുരക്ഷിതമായി സൂക്ഷിച്ച വെക്കുകയും ചെയ്ത മസയമായിരുന്നു അത്. അങ്ങനെയിരിക്കുമ്പോൾ 'വാറ്റ' എന്ന് പേരുള്ള ഒരു ഗോത്രവർഗക്കാർ ഇല്ല താമസിച്ചിരുന്നതിനടുത്ത സ്ഥലത്ത് താവളം ഉറപ്പിച്ചു. ഇല്ല അവരുടെ ജീവിതരീതി എങ്ങനെയെന്ന് ശ്രദ്ധി ക്കാൻ തുടങ്ങി.

ഒരു ദിവസം അവരുടെ പാളയത്തിൽനിന്ന് എല്ലാ ആണങ്ങളും വേട്ടയ്ക്ക് പോകുന്നതുകണ്ട എന്ന് മാത്രമല്ല അവിടെ സ്ത്രീകളും കുട്ടികളും മാത്രമേ ഉണ്ടായിരുന്നുള്ളൂ എന്നും ഇല്ല മനസിലാക്കി. ആ സമയംനോ ക്കി ഇല്ല അവരുടെ പാളയത്തിൽ പോയി സ്വയം പരിചയപ്പെടുത്തി.

"സഹോദരിമാരേ, ഞാൻ അടുത്ത് താമസിക്കുന്ന ഇല്ല. എല്ലാവരേ യും ഒന്ന് പരിചയപ്പെടാമല്ലോ എന്നുകരുതി വന്നതാ."

"ഓ, അങ്ങനെയോ. വളരെ സന്തോഷം." അവരിൽ പലരും പറഞ്ഞു.

"ങാ, ഇവിടെ നിങ്ങടെ പുരുഷന്മാരെ ആരേയും കാണുന്നില്ലല്ലോ. എന്താ എല്ലാവരും വേട്ടയ്ക്കോ മറ്റോ പോയതാണോ?"

"അതേയതെ, ഞങ്ങളുടെ പുരുഷന്മാർ എല്ലാവരും വേട്ടയ്ക്ക് പോയി രിക്കുന്നു."

"എന്തേ, നിങ്ങൾക്കും അവരുടെകൂടെ പോകാമായിരുന്നല്ലോ; അത് അവർക്കും ഒരു സഹായമാകുമായിരുന്നു."

"അങ്ങനെ പോയാൽ ഞങ്ങളുടെ കുട്ടികളെ ആരുനോക്കും. കുട്ടികളെ തനിയെയാക്കിയിട്ട് പോകാൻ കഴിയുകയില്ലല്ലോ."

"അതെയതെ. അതും ശരിയാ. പക്ഷേ, വേട്ടയ്ക്ക് പോകുന്നില്ലെങ്കിൽ ത്തന്നെ നിങ്ങൾക്ക് അടുത്തുള്ള കുറ്റിക്കാടുകളിൽനിന്ന് കുറേ പഴങ്ങളും തേനുമെല്ലാം ശേഖരിക്കാൻ ശ്രമിക്കാം. ചെടികളിൽ നിറയെ പഴങ്ങളും തേൻകൂടുകളിൽ ധാരാളം സ്വാദുള്ള തേനും കിട്ടുന്ന സമയ മാണിത്. എന്നുതന്നെയല്ല, പുരുഷന്മാർ കൊണ്ടുവരുന്ന മാംസം പാകം ചെയ്ത് കഴിക്കുമ്പോൾ അതോടൊപ്പം കുറച്ചപഴങ്ങളും തേനുമൊക്കെ യുണ്ടെങ്കിൽ ഭക്ഷണത്തിന് രുചിയും കൂടും. നിങ്ങളുടെ പുരുഷന്മാർക്കും അത് ഇഷ്ടപ്പെടുമെന്നതിൽ സന്ദേഹം വേണ്ട. എന്താ, അങ്ങനെയ ല്ലേ"

"അതേ, തീർച്ചയായും. പക്ഷേ, കുട്ടികൾ...."

"ഓ, അതും ശരിയാണല്ലോ. എങ്കിലും ഈ സമയത്ത് പഴങ്ങളും തേനും അതുപോലെ ചേനക്കിഴങ്ങും മറ്റും ശേഖരിക്കാതിരുന്നാൽ അതൊരു വലിയ നഷ്ടം തന്നെയായിരിക്കും. എനിക്കാണെങ്കിൽ വയസായി. ഇനി അതൊന്നും ശേഖരിക്കാനുള്ള ശക്തിയില്ല. പക്ഷേ, നിങ്ങളങ്ങിനെയല്ലല്ലോ. ഇപ്പോഴല്ലേ ഇതൊക്കെ ശേഖരിക്കാനും പുരു ഷന്മാരോടൊത്ത് സന്തോഷത്തോടെ കഴിക്കാനും കഴിയൂ. കുട്ടികൾക്കും അതൊക്കെ നന്നായി ഇഷ്ടപ്പെട്ടും."

"അതേ, അതുശരിയാണ്. പക്ഷേ എന്തു ചെയ്യും. കുട്ടികളെ നോക്കാൻ വേറെ ആരുമില്ലാത്തതുകൊണ്ട് ഇവിടെ ഇരുന്നാൽ മതിയെന്ന് പറഞ്ഞിട്ടാണ് ആണങ്ങൾ വേട്ടയ്ക്കു പോയത്."

"ഓ, അങ്ങനെയെങ്കിൽ ഞാൻ ഒരു ഉപായം പറയാം. നിങ്ങൾ പഴങ്ങളും തേനും മറ്റും ശേഖരിക്കാൻ കിട്ടുന്ന ഈ നല്ല അവസരം പാഴാക്കരുതെന്ന ആഗ്രഹംകൊണ്ട് മാത്രം പറയുകയാ. കേട്ടോ"

ഗ്ലു അൽപം നിർത്തിയിട്ട് വീണ്ടും തുടർന്നു. വാറ്റുസ്ത്രീകൾ ഗ്ലു പറയു ന്നത് തികഞ്ഞ ആകാംക്ഷയോടെ കേട്ടുകൊണ്ടിരുന്നു.

"സത്യം പറയാമല്ലോ. എനിക്ക് വലിയ ജോലിയൊന്നുമില്ല. ഇനി കുറേ നാളത്തേക്ക് വേണ്ട ധാന്യം ഞാൻ ശേഖരിച്ചവെച്ചുകഴിഞ്ഞു. അതുകൊണ്ട് നിങ്ങൾ പോയി വേണ്ടതൊക്കെ ശേഖരിച്ചുകൊണ്ട് വരു ന്നതുവരെ ഞാൻ നിങ്ങളുടെ കുട്ടികൾക്ക് കൂട്ടിനായി ഇവിടെ ഇരിക്കാം. "

"ഓ, അതൊരു നല്ല കാര്യമാണല്ലോ." അവർ പ്രതികരിച്ചു. ഗ്ലു തുടർന്നു:

"നിങ്ങൾ തിരികെ വരുന്നതുവരെ ഞാനവർക്ക് നല്ല നല്ല മുത്തശ്ശി ക്കഥകൾ പറഞ്ഞുകൊടുക്കാം. ഒപ്പംതന്നെ അവർക്ക് കഞ്ഞിവെച്ച് വയറുനിറയെ കൊടുക്കാം. ഈ മുത്തശ്ശി വെയ്ക്കുന്ന കഞ്ഞി അവർക്ക് ഇഷ്ടപ്പെട്ടും. സംശയിക്കേണ്ട."

ആ സ്ത്രീകൾ പരസ്പരം പറഞ്ഞു.

"എന്താ, ഇതൊരു നല്ല കാര്യമല്ലെ. നമുക്ക് പോയി കുറേ പഴങ്ങളും തേനുമൊക്കെ സംഭരിച്ചുകൊണ്ട വരാം. അതൊക്കെ കാണുമ്പോൾ നമ്മുടെ ആണങ്ങൾക്കും അതിഷ്ടപ്പെട്ടും. തീർച്ച. കുട്ടികളുടെ കാര്യം ഗ്ലു മുത്തശ്ശി നോക്കുകയും ചെയ്യും. അവരെല്ലാം കുടകളും കൂർത്ത കമ്പുകളും മറ്റുമെടുത്ത് യാത്രയായി. പോകുന്നതിനുമുമ്പ് കുഞ്ഞങ്ങൾ ക്ക് മുത്തം കൊടുക്കാനും ' അമ്മ ഉടനെവരും, അതുവരേ മുത്തശ്ശിയുടെ

കൂടെ വഴക്കുണ്ടാക്കാതെ ഇരിക്കണമെന്ന് കുട്ടികളെ ഉപദേശിക്കാനും' മറന്നില്ല.

ആ സ്ത്രീകൾ അവിടെനിന്ന് പോയതിനുശേഷം ഗ്ലു കുട്ടികളെ അടുത്തുവിളിച്ചു പറഞ്ഞു:

"നല്ല കുട്ടികളല്ലേ. മുത്തശ്ശി ഉടനെ നിങ്ങൾക്ക് നല്ല സ്വാദുള്ള ധാന്യക്കഞ്ഞി ഉണ്ടാക്കിത്തരാം.."

ഗ്ലു അവർക്ക് കഞ്ഞി ഉണ്ടാക്കിക്കൊടുത്തു. അവരോട് കഥകൾ പറഞ്ഞ് അവരെ സന്തോഷിപ്പിച്ചു. അങ്ങനെ കുറേ നേരം ചിലവഴിച്ച കഴിഞ്ഞ് ആ കുട്ടികളെ സാവധാനം തന്റെ കൂട്ടിലേക്ക് കൊണ്ടുപോയി. കുറച്ച ദൂരത്തായി വളർന്ന് പന്തലിച്ചുനിന്നിരുന്ന ഒരു മരത്തിന്റെ സാമാന്യം വലിയ ഒരു പൊട്ടിലായിരുന്നു ഗ്ലുവിന്റെ വീട്. കുട്ടികളെ ഓരോരുത്തരെയായി തന്റെ കൂട്ടിനുള്ളിലാക്കി; എല്ലാ കുട്ടികളേയും. അല്പം സ്ഥലക്കുറവുണ്ടായിരുന്നെങ്കിലും കുട്ടികളെ കൂട്ടിലേക്ക് തള്ളിക്കയറ്റിയതിനുശേഷം ഗ്ലുവും അതിൽ കയറി പുറത്തേക്കുള്ള വാതിൽ ഭദ്രമായി അടച്ചു.

അത്രയുമായപ്പോഴേക്കും കുട്ടികൾ ഭയന്ന് കരയാൻ തുടങ്ങി. ആദ്യമൊക്കെ അവരെ സമാധാനിപ്പിച്ച് കരച്ചിൽ നിർത്താൻ ഗ്ലു ശ്രമിച്ചുവെങ്കിലും അവർ കരച്ചിൽ നിർത്തുന്നില്ലെന്ന് കണ്ടപ്പോൾ സ്വരം മാറ്റി.

"ദേ, നോക്ക്. ഇങ്ങനെ മോങ്ങിക്കൊണ്ടിരുന്നാൽ ഞാൻ നിനക്കൊക്കെ നല്ല അടിതരുന്നുണ്ട്, കേട്ടല്ലോ. നല്ല ചട്ട അടി. ശബ്ദിച്ചുപൊകരത്. ഒച്ചവെയ്ക്കാതെ മുണ്ടാതെ അടങ്ങിയിരിക്കാനല്ല ഭാവമെങ്കിൽ എല്ലാറ്റിന്റെയും കയ്യും കാലും തീകൊണ്ട് പൊള്ളിക്കും. വേണോ. മനസിലായല്ലോ. അതുകൊണ്ട് എല്ലാരും മിണ്ടാതിരുന്നോ. അസത്തുക്കളേ."

അതുകേട്ട് കുട്ടികൾ ഭയന്നുവിറച്ചു. ആരും ശബ്ദമെടുക്കാതെ ഇരുന്നുവെങ്കിലും ഇളയ കുട്ടികൾ മാത്രം ഇടയ്ക്കിടയ്ക്ക് 'അമ്മേ' എന്ന് വിളിച്ച് കരയുന്നുണ്ടായിരുന്നു.

ഏതാണ്ട് ഉച്ചതിരിഞ്ഞ സമയമായപ്പോഴേക്കും വാറ്റു സ്ത്രീകൾ അവരുടെ താവളത്തിലേക്ക് മടങ്ങയെത്തി. അവർ തികച്ചും സന്തോഷവതികളായിട്ടാണ് തിരിച്ചെത്തിയത്. പ്രതീക്ഷിച്ചതിലും കൂടുതൽ ഭക്ഷണസാധനങ്ങൾ ശേഖരിക്കാൻ അവർക്ക് കഴിഞ്ഞു.

"മക്കളേ, നിങ്ങളെവിടെയാ. നോക്കിക്കേ. നല്ല ഒന്നാന്തരം തേനാ അമ്മ കൊണ്ടുവന്നിരിക്കുന്നത്. മക്കളെവാ. ഈ തേനൊന്ന് രുചിച്ചുനോക്ക്. വാ."

അമ്മമാർ ആ രീതിയിൽ കുട്ടികളെ സ്നേഹത്തോടെ വിളിച്ചു. പക്ഷേ, കുട്ടികളാരും അവരെ സ്വീകരിക്കാൻ വന്നില്ല. മാത്രമല്ല, ആരുടേയും ശബ്ദവും കേട്ടില്ല.

"മക്കളേ, നിങ്ങളെവിടെയാ. എന്താ അനക്കമൊന്നുമില്ലാത്തത്." ഒരമ്മ അൽപം ആകാംക്ഷയോടെ വിളിച്ചപറഞ്ഞു.

"അവരൊറങ്ങുകയായിരിക്കും. ഗ്ല്യമുത്തശ്ശി അവർക്ക് നിറയെ ഭക്ഷണം കൊടുത്തുകാണും." മറ്റൊരമ്മ ആശ്വാസവചനങ്ങൾ പറഞ്ഞു.

പക്ഷേ, ദർദ്ദറകളിലും കുട്ടികളെ കാണാതെവന്നപ്പോൾ അവർ തികച്ചും പരിഭ്രമിച്ചുപോയി. മാത്രമല്ല ഗ്ല്യമുത്തശ്ശിയേയും അവിടെയെ ങ്ങും കണ്ടില്ല.

"അയ്യോ, നമ്മുടെ കുട്ടികൾ എവിടെപ്പോയി? ഒരുത്തരേയും ഇവിടെ യെങ്ങും കാണുന്നില്ലല്ലോ."

"അതെയതേ, ഒരനക്കവും കേൾക്കാനില്ല. ആ ഗ്ല്യമുത്തശ്ശിയേയും കാണാനില്ലല്ലോ."

"അയ്യോ, നമ്മുടെ ആണങ്ങൾ തിരികെ വരുമ്പോൾ എന്തു സമാധാനം പറയും. ഓർക്കാനേ വയ്യ. എന്റെ ദൈവമെ. ആ ഗ്ല്യ നമ്മളെ ചതിച്ചോ."

ശേഖരിച്ചുകൊണ്ടുവന്ന പഴങ്ങളും തേനുമൊക്കെ കാണിച്ച് നായാട്ടു കഴിഞ്ഞ് തിരിച്ചവരുന്ന അവരുടെ ആണങ്ങളെ സന്തോഷിപ്പിക്കാമെ ന്ന് കരുതിയ ആ സ്ത്രീകൾ തങ്ങളുടെ പുരുഷന്മാർ തിരികെ വരുമ്പോൾ കുട്ടികളെ കാണാനില്ലെന്ന് പറയുമ്പോൾ അരുടെ പ്രതികരണം എങ്ങ നെയായിരിക്കുമെന്ന് ഭയപ്പെട്ട് തളർന്നുപോയി.

നായാട്ടിൽ കിട്ടിയ മാംസവിഭവങ്ങളുമായി തിരികെ എത്തിയ വാറു ആണങ്ങൾ കണ്ടത് സങ്കടപ്പെട്ട് തളർന്ന്കിടക്കുന്ന തങ്ങളുടെ സ്ത്രീകളെയാണ്. അവരും തികഞ്ഞ കുറ്റബോധത്തോടെ നടന്നതെല്ലാം സത്യസന്ധമായിത്തന്നെ പറഞ്ഞു

"ശരി. ഞങ്ങളിവിടെ ചുറ്റവട്ടാരത്തിലൊക്കെ ഒന്ന് തിരഞ്ഞുനോ ക്കട്ടെ. നിങ്ങളല്ലാതെ മറ്റാരെങ്കിലും സ്വന്തം കുഞ്ഞങ്ങളെ യാതൊരു മുൻപരിചയവുമില്ലാത്ത ഒരാളിനെ ഏൽപിച്ചിട്ട് ഇറങ്ങിപ്പോകുമോ?"

"കഷ്ടം തന്നെ. ശരി, ഏതായാലും ഞങ്ങളൊന്ന് തിരിയട്ടെ."

അവരെല്ലാവരും ചുറ്റവട്ടാരത്തിലും അതിനപ്പറവും കുറേ ദൂരം നടന്ന്

കുറ്റിക്കാട്ടുകളിലും വനങ്ങളിലും പുഴയോരത്തും അന്വേഷിച്ച നടന്നു. പക്ഷേ, കുട്ടികളെക്കുറിച്ച് ഒരു വിവരവും കിട്ടിയില്ല. ഇടയ്ക്കിടെ കുട്ടികളുടെ കരച്ചിൽ പോലെ ചില ശബ്ദങ്ങൾ കേട്ടുവെങ്കിലും ആ തേങ്ങലുകൾ എവിടെനിന്ന് എന്നോ അതവരുടെ കുട്ടികളുടെത് തന്നെയെന്നോ തീർച്ചയാക്കാൻ അവർക്ക് കഴിഞ്ഞില്ല.

തിരികെ നിരാശരായി താവളത്തിലെത്തിയ പുരുഷന്മാർ അവരുടെ സ്ത്രീകളെ കുറേ കൂടുതലായി ശകാരിച്ച എന്നതിനപ്പുറം ഒന്നും സംഭവിച്ചി ല്ല. കുട്ടികളെക്കുറിച്ച് പിന്നീടൊന്നും അവർക്ക് അറിയാനും കഴിഞ്ഞില്ല. ആ സ്ത്രീകൾ വളരെ നാളെത്തേക്ക് തീർത്താൽ തീരാത്ത ദുഃഖവുമായി, കുട്ടികളെക്കുറിച്ചുള്ള ഓർമകളുമായി അവരവരുടെ ദർദ്ദറുകളിൽ തളർ ന്നുകിടന്നു. അവർ ആ അനുഭവം ഒരു വലിയ പാഠമായി കരുതിയാണ് പിന്നീട് ജീവിച്ചതെന്ന് പറയേണ്ടതില്ലല്ലോ.

സൂര്യൻ എങ്ങനെ സൃഷ്ടിക്കപ്പെട്ടു

നാം ദിവസവും കാണുന്ന സൂര്യൻ എങ്ങനെയാണ് സൃഷ്ടിക്കപ്പെട്ടതെന്ന് നിങ്ങൾക്കറിയാമോ? അറിയില്ല, അല്ലേ? അങ്ങനെയെങ്കിൽ എപ്പോഴെങ്കിലും അതിനെക്കുറിച്ച് ആലോചിച്ചിട്ടുണ്ടോ? അങ്ങനെ ഒരു ചോദ്യം മനസിൽ ഉദിച്ചിട്ടുണ്ടോ?

ആധുനിക ശാസ്ത്രം പറയുന്നത് നമ്മുടെ സൂര്യൻ ജനിച്ചത് ഏതാണ്ട് 4.6 ബില്യൺ (4600000000) വർഷങ്ങൾക്ക് മുമ്പായിരിക്കും എന്നാണ്. എന്നുമാത്രമല്ല, ഈ സൂര്യൻ നിൽക്കുന്ന പ്രപഞ്ചം (Universe) നമ്മുടെ സൂര്യനെപ്പോലെ വളരെയധികം സൂര്യന്മാരെ ഉൾക്കൊള്ളുന്ന ഒന്നാം തലമുറ (Population 1) താരസമൂഹവും (Galaxy) അതുപോലെ രണ്ടാം തലമുറയും (Population 2) മൂന്നാം തലമുറയും (Population 3) താരസമൂഹങ്ങൾ ഉൾക്കൊള്ളുന്നതും ആണെന്ന് ശാസ്ത്രജ്ഞന്മാർ പറയുന്നു. ചിന്തിക്കുമ്പോൾ നമ്മുടെ ആകാശ ഗംഗ എന്ന പേരിൽ (Milkyway) അറിയപ്പെടുന്ന താരസമൂഹവും നമ്മുടെ സൂര്യൻ നിലകൊള്ളുന്ന സൗരയൂഥവും (Solar ystem - സൂര്യകുടുംബം) നമ്മുടെ സൂര്യൻ തന്നെയും താരതമ്യേന പ്രായം കുറഞ്ഞവരാണെന്ന് മനസിലാകും. നമ്മുടെ സൂര്യനും സൂര്യനെ ആധാരമാക്കി നിലകൊള്ളുന്ന ചൊവ്വ, വ്യാഴം, ചന്ദ്രൻ മുതലായ ഗ്രഹങ്ങളും ഉൾക്കൊള്ളുന്ന ഒരു കുടുംബമാണ് നമ്മുടെ സൗരയൂഥം. ഇതേപോലെയുള്ള അനേകമനേകം സൗരയൂഥ ങ്ങൾ ഉൾക്കൊള്ളുന്നതാണ് ഒരു താരസമൂഹം. - ആകാശഗംഗ എന്ന നമ്മുടെ താരസമൂഹവും. നമ്മുടെ താരസമൂഹത്തിലെ മറ്റ് സൂര്യന്മാരെ നാം കാണുന്നതും മനസ്സിലാക്കുന്നതും ഓരോ നക്ഷത്രങ്ങളായിട്ടാണ്. ഇത് പറയുമ്പോൾ നിങ്ങളുടെ മനസ്സിൽ പല ചോദ്യങ്ങളും ഉണ്ടായെന്ന്

വരാം.സൂര്യനും നക്ഷത്രവും തമ്മിലുള്ള വ്യത്യാസങ്ങൾ എന്തൊക്കെയാ ണെന്ന് ഇടങ്ങി പല ചോദ്യങ്ങളും.

പല കോടി സൂര്യന്മാരും അത്തരം കോടികോടി സൂര്യന്മാരെ ചുറ്റി പ്ര ദക്ഷിണം ചെയ്യകൊണ്ടിരിക്കുന്ന ഗ്രഹങ്ങളും അവയ്ക്കെല്ലാം നടുവിൽ പരന്നകിടക്കുന്ന ബഹിരാകാശവും എല്ലാം ചേർന്നതാണ് പ്രപഞ്ചം. (Universe - മറ്റേപേരുകൾ = ബ്രഹ്മാണ്ഡം; ജഗത്; വിശ്വം)

മേഘസദൃശമായ ഒരു വളരെ വലിയ പൊടിപടല - വാതക സമുച്ചയത്തിന്റെ (Solar nebula) പെട്ടെന്നുണ്ടായ വികാസത്തിന്റെ (Bigbang) ഫലമായി ഉണ്ടായതാണ് നാം കാണുന്നതും കാണാത്ത തുമായ എല്ലാ താരസമൂഹങ്ങളും, സൂര്യന്മാരും, നക്ഷത്രങ്ങളുമെല്ലാം എന്നാണ് പല ശാസ്ത്രജ്ഞന്മാരുടേയും അഭിപ്രായം. നിങ്ങൾക്ക് ഈ വിഷയങ്ങളെക്കുറിച്ച് കൂടുതൽ അറിയാനും പഠിക്കാനും താൽപര്യം തോന്നുന്നുവെങ്കിൽ സ്കൂൾതല പഠനം കഴിഞ്ഞ് കോളേജിലേക്ക് പോകുമ്പോൾ Astronomy, Astrophysics മുതലായ വിഷയങ്ങൾ പഠിക്കാൻ ശ്രമിക്കാവുന്നതാണ്.

ശാസ്ത്രീയമായി ഇങ്ങനെയൊക്കെയാണ് നാം മനസ്സിലാക്കുന്നത്. എങ്കിലും ഓസ്ട്രേലിയയിലെ പൗരാണിക ഗോത്രവർഗക്കാർക്കിടയിൽ സൂര്യന്റെ ഉത്ഭവത്തെക്കുറിച്ച് പറയുന്ന പല നാടോടിക്കഥകളും ഉണ്ട്; അത്തരത്തിൽ ഒരു കഥയാണിത്.

പണ്ട് പണ്ട് മനുഷ്യൻ ഉണ്ടാകുന്നതിനുമുമ്പുതന്നെ പക്ഷികളും, മരങ്ങളും, ചെടികളും, മൃഗങ്ങളും ഈ ഭൂമിയിൽ ജീവിച്ചിരുന്നു. അവയെല്ലാം ഇന്നത്തേക്കാൾ കൂടുതൽ വലുപ്പമുള്ളവയായിരുന്നു. പിന്നീട് മനുഷ്യൻ ഭൂമിയിൽ വന്നതിനശേഷം അവർ മനസിലാക്കിയ ഒരറിവാണ് ഈ കഥ. അക്കാലത്ത്സൂര്യൻ ഉണ്ടായിരുന്നില്ല പോല്യം; ആകാശത്ത് ചന്ദ്രനും നക്ഷത്രങ്ങളും മാത്രമായിരുന്നു ഉണ്ടായിരുന്നത്.

ഒരു ദിവസം ദിനേവാൻ എന്ന ഒട്ടകപ്പക്ഷിയും ബ്രില്‍ഗ എന്ന നൃത്തം ചെയ്യുന്ന പക്ഷിയും (അവർ കൂട്ടുകാരായിരുന്നു) മുറുംബിഗി എന്ന നദിയുടെ തീരത്ത് മൈതാനത്തിൽ ചുറ്റിനടക്കുകയായിരുന്നു.

(മുരുംബിഗി നദി പെപ്പർകോൺ മലകളിൽ ആരംഭിച്ച് നഗരിഗൊ, ഗ്രന്നവൽ, വിരാട്ജ്ജുരി, നരിനരി, മുത്തർമുത്തർ എന്ന പല ഗോത്രവർഗ ക്കാരുടെയും വാസസ്ഥലങ്ങളിൽകൂടി ഒഴുകി മുറേ നദിയോട് ചേരുന്ന ഓസ്ട്രേലിയയിലെ രണ്ടാമത്തെ നീളംകൂടിയ നദിയാണ്. ഏതാണ്ട് 1485 കിലോമീറ്റർ ദൂരം ഒഴുകുന്ന ഈ നദി 1500 മീറ്റർ ഉയരത്തിൽനിന്ന്

താഴേക്ക് ഒഴുകുന്നു. നഗരിഗൊ ഗോത്രക്കാരുടെ വിരാട്ജുരി ഭാഷയിൽ മുറുംബിഗി എന്ന വാക്കിന് 'വലിയ വെള്ളം' എന്നാണ് അർഥം.)

അവർ കൂട്ടുകൂടി നടക്കുകയായിരുന്നു. എങ്കിലും ഇടയ്ക്കിടയ്ക്ക് പലതും പറഞ്ഞ് വഴക്കടിക്കുന്നുമുണ്ടായിരുന്നു. കൂടുതൽ ദ്വേഷ്യംവന്ന ഏതോ ഒരു സന്ദർഭത്തിൽ ബ്രിൽഗ ദ്വേഷ്യപ്പെട്ട് ദിനേവാന്റെ മൈതാനത്തി നട്ടുണ്ടായിരുന്ന കുടിലിലേക്ക് ഓടിക്കയറി. അവിടെയുണ്ടായിരുന്ന ദിനേവാന്റെ മുട്ടകളിൽ ഏറ്റവും വലിയ മുട്ട എടുത്ത് തികഞ്ഞ ദ്വേഷ്യ ത്തോടെ മുകളിലേക്ക് വലിച്ചെറിഞ്ഞു. അങ്ങ്, ആകാശത്തിലേക്ക് നോക്കിയാണ് അവൾ മുട്ട എറിഞ്ഞത്. ആ മുട്ട കുറച്ച് ദൂരത്ത് ഉയര ത്തിൽ ഉണ്ടായിരുന്ന ഒരു മരക്കൊമ്പിൽ തട്ടി ഉടഞ്ഞു; മാത്രമല്ല ആ ആഘാതത്തിൽ മുട്ടയ്ക്ക് തീ പിടിക്കുകയും തീ ഉണങ്ങിനിന്നിരുന്ന മരക്കൊമ്പുകളിലേക്ക് പടരുകയും ചെയ്തു. അങ്ങനെ ആ പ്രദേശമെല്ലാം പടർന്ന തീ ആകാശം മുട്ടെ ഉയരുകയും ആകാശത്ത് ജ്വലിക്കുന്ന അഗ്നി ഗോളമായി ശോഭിച്ച് കാണപ്പെടുകയും ചെയ്തു. അതുവരെ ശരിയായ വെളിച്ചം എന്താണെന്ന് അറിയാതിരുന്ന ജീവികളെല്ലാം ആ കണ്ണഞ്ചി പ്പിക്കുന്ന വെളിച്ചം കണ്ട് അമ്പരന്നുപോയി.

ആകാശത്ത് ജീവിച്ചിരുന്ന ഒരു ഭൂതത്തിന് ആ വെളിച്ചം വളരെ ഇഷ്ടമായി. അതുകൊണ്ട് ആ ഭൂതം ഇനിവരും കാലമെല്ലാം ഓരോ ദിവസവും അതുപോലെ ഒരു തീ സൃഷ്ടിച്ച് അതിന്റെ സൗന്ദര്യം ആസ്വ ദിക്കണമെന്ന് തീർച്ചയാക്കി. ഭൂതവും കൂട്ടുകാരും എല്ലാ രാത്രികളിലും ഉണങ്ങിയ മരക്കൊമ്പുകൾ ശേഖരിക്കാൻ തുടങ്ങി; ഏതാണ്ട് ധാരാളം അളവിൽ തന്നെ. രാത്രി തീരുന്ന സമയത്ത് ശേഖരിച്ച ഉണക്കക്കമ്പുക ളെല്ലാം കൂട്ടിയിട്ട് തീ കൊളുത്തുന്നതും അവർ ഒരു പതിവാക്കി. അങ്ങനെ എന്നും പക്ഷികളും മൃഗങ്ങളുമെല്ലാം ഉറക്കം ഉണരുന്ന സമയത്ത് ആകാശത്ത് കത്തിയെരിഞ്ഞ് ജ്വലിച്ചുനിൽക്കുന്ന ഒരഗ്നികുണ്ഡം കാണാൻ ഭൂമിവാസികൾക്ക് അവസരം ലഭിച്ചു. ഭൂതവും കൂട്ടുകാരും ദിവസവും ഉണ്ടാക്കുന്ന തീയാണ് നാം കാണുന്ന സൂര്യൻ എന്ന് ആ ഗോത്രവർഗക്കാർ വിശ്വസിക്കുന്നു.

ഭൂതം ഒരു മുൻകരുതൽ കൂടി എടുക്കാനൻ മറന്നില്ല. ഭൂമിവാസികൾ ഉറക്കമുണരുമ്പോൾ ആകാശത്ത് ജ്വലിച്ചുനിൽക്കുന്ന തീഗോളം കണ്ട് ഭയപ്പെടാൻ പാടില്ലല്ലോ. അതുകൊണ്ട് ആദ്യം മുതൽക്കുതന്നെ തീക്ക ട്ടുന്നതിനുമുമ്പ് ഭൂമിയിലെ ജീവികളെ വിവരം അറിയിക്കാൻ ഭൂതം ഉദയ നക്ഷത്രത്തെ ഏർപ്പാടാക്കി. പക്ഷേ, പലപ്പോഴും ഉദയനക്ഷത്രത്തിന്റെ വരവ് ഭൂമിവാസികൾ ശ്രദ്ധിക്കാതെപോയി. കാരണം അവരിൽ പലര

ഉറക്കം ഉണർന്നിട്ടുണ്ടാകകയില്ല എന്നത് തന്നെ. അതുകൊണ്ട് ശരിയായ സമയത്ത് ശബ്ദമുണ്ടാക്കി ഭൂമിവാസികളെ ഉണർത്തുവാനും തീ കത്തിക്കാൻ തുടങ്ങുന്ന (സൂര്യൻ ഉദിക്കുന്ന) സമയം അറിയിക്കുവാനും ഒരേർപ്പാട് ഉണ്ടാക്കാൻ ഭൂതം തീർച്ചയാക്കി. ആ സമയത്താണ് ചിരിക്കുന്ന ചെന്നായയുടെ അതിരാവിലെയുള്ള ഉച്ചത്തിലുള്ള ചിരി ഭൂത ത്തിന്റെ ശ്രദ്ധയിൽ പെട്ടത്. ചെന്നായയുടെ ചിരി ഭൂതത്തിന് ഇഷ്ടപ്പെട്ടു. ഉച്ചത്തിൽ അട്ടഹസിക്കുന്ന രീതിയിലുള്ള നീണ്ടുനീണ്ട ചിരി. ഗൂർഗാ എന്ന ചെന്നായയക്കും ആ ജോലി ഇഷ്ടമായി. ചെന്നായ അന്നുമുതൽ ഇന്നുവരെയും ആ ജോലി കൃത്യമായി തുടരുന്നു. സൂര്യൻ ഉദിക്കുന്നതിന് മുമ്പുള്ള 'ഗൗർഗാ ....ഗൗർഗാ' എന്ന കൂകിവിളിക്കുന്ന രീതിയിലുള്ള ഉച്ച ത്തിലുള്ള വിളി - ആകാശത്തിൽ ഭൂതം തീ കത്തിക്കാൻ തുടങ്ങുമ്പോൾ ഒരു മുന്നറിയിപ്പായി ഗൗർഗാ ഊളിയിടാൻ (ചിരിക്കാൻ) തുടങ്ങും.

നമ്മുടെ നാട്ടിലും ഇത്തരം വിശ്വാസങ്ങളുണ്ടല്ലോ. ഉദാഹരണത്തിന് പൂവൻ കോഴി രാവിലെ കൂകുന്നത് സൂര്യൻ ഉദിക്കാൻ പോകുന്നുവെന്ന് നമ്മളെ അറിയിക്കാനാണെന്ന വിശ്വാസം - ചിലപ്പഴൊക്കെ കോഴി കൂവിയാണ് സൂര്യനെ വരുത്തുന്നത് എന്നും 'എന്താ കോഴി കൂവിയില്ലെ ങ്കിൽ സൂര്യനുദിക്കില്ലേ' എന്ന ചൊല്ലും.

സൂര്യൻ ഉദിച്ചുകഴിഞ്ഞാൽ ഗൗർഗാ ചിരി നിർത്തുമെങ്കിലും തീ കത്തിപ്പടർന്ന് എരിയുന്നതിനനുസരണം ആകാശത്തിൽ (സൂര്യന്റെ) പ്രകാശവും ചൂടും കൂട്ടുകയും പിന്നീട് എരിപദാർഥങ്ങൾ കത്തിത്തീർന്ന് തുടങ്ങുമ്പോൾ തീ കെട്ട് ചൂട് ശമിച്ച് പ്രകാശം മങ്ങിപ്പോവുകയും ചെയ്യും. അടുത്തദിവസം ഈ പ്രക്രിയ വീണ്ടും തുടരും - തുടർന്നുകൊണ്ടേയി രിക്കുന്നു.

ഇപ്പോൾ മനസിലായില്ലേ - എങ്ങനെയാണ് സൂര്യൻ സൃഷ്ടിക്കപ്പെ ട്ടതെന്ന്.

കങ്ഗാരുവിന് വയറിനടിയിലെ സഞ്ചികിട്ടിയ കഥ

പണ്ട്പണ്ട് ഒരു കങ്ഗാരു അമ്മ തന്റെ ഓമന പുത്രനുമായി കടലിട്ടുക്കിന്റെ തീരത്ത് വിശ്രമിക്കുകയായിരുന്നു. കടലിട്ട ക്കിലെ ജലത്തിൽ ചെറിയ ഓളങ്ങൾ ഉണ്ടാക്കിയിരുന്ന മധുരമായ ശബ്ദം കേൾക്കാൻ ഇമ്പമുള്ളതായിരുന്നു. അമ്മയുടെ മടിയിൽ കിടന്നി രുന്ന പുത്രന്റെ (നമുക്കവനെ ജോയ് എന്ന് വിളിക്കാം) തോൽ പുറത്തെ കുഞ്ഞുരോമങ്ങൾ തടവിക്കൊടുത്തുകൊണ്ട് അമ്മ കങ്ഗാരു സന്തോ ഷിച്ച് ഇരിക്കുകയായിരുന്നു. അപ്പോൾ പ്രായം ചെന്ന ഒരു വോംബാറ്റ് വിറച്ചുവിറച്ച നടന്ന് അവരുടെ അടുക്കൽ എത്തി. വോംബാറ്റ് കങ്ഗാ രുക്കളെപ്പോലെ തന്നെ ഓസ്ട്രേലിയയിൽ ധാരാളമായി കാണുന്ന ഒരു ജന്തുവാണ്. അതിനെ കണ്ട കങ്ഗാരു അമ്മ പതിഞ്ഞസ്വരത്തിൽ തന്റെ മകനോട് പറഞ്ഞു: "എടാ മോനേ, കണ്ടിട്ട് ദാ, നടന്നുവരുന്ന ആ വോംബാറ്റ് പ്രായം കൂടിയ, ആരോഗ്യം കുറഞ്ഞ ഒരാളാണെന്ന് തോന്നുന്നു, നല്ല പ്രായമുണ്ടായിരിക്കണം, തീർച്ച. മക്കളും കൊച്ചുമക്ക ളുമൊക്കെയുള്ള ആളായിരിക്കണം. പിന്നെ എന്തേ ഇങ്ങനെ തനിച്ച് നടക്കാൻ. ഞാനൊന്ന് തിരക്കട്ടെ"

കങ്ഗാരു അമ്മയ്ക്ക് ആ വൃദ്ധൻ കരയുകയാണെന്ന് തോന്നി. പക്ഷേ, കുറേക്കൂടി അടുത്തുചെന്നപ്പോൾ അയാൾ എന്തൊക്കെയോ പിറുപിറു ക്കുന്നുണ്ടെന്ന് മനസിലായി.

"ഒരു പ്രയോജനവുമില്ല; ഒരു വിലയുമില്ല... ഒരു പ്രയോജനവും... അൽപംപോലും വിലയില്ല..." അയാൾ കൂടെക്കൂടെ പിറിപിറുത്തത് അങ്ങനെയെന്തോ ആണെന്ന് കങ്ഗാരു അമ്മയ്ക്ക് തോന്നി. അവൾ അയാളോട് ചോദിച്ചു.

"വോംബാറ്റ് മുത്തശ്ശാ, അങ്ങ് എന്താണ് പറയുന്നത്? അങ്ങയെ അലട്ടുന്നതെന്താണ്?"

"ആര്? ആരാണത് ചോദിച്ചത്?"

"ഞാൻ" കങ്ഗാരുഅമ്മ പറഞ്ഞു. "ഞാനാണ്. കങ്ഗാരു. ഇവിടെ ഞാനും എന്റെ മോനും മാത്രമേയുള്ളൂ."

"എനിക്ക് കാണാൻ കഴിയുകയില്ല. ഞാനൊരു കുരുടനാണെന്ന് പറയാം." അയാൾ തുടർന്നു. "ഇപ്പോഴൊക്കെ ആർക്കും എന്നെ വേണ്ട. ആരും എന്നെക്കുറിച്ച് ഓർക്കാറില്ല. എന്നെക്കൊണ്ട് ഇനിയങ്ങോട്ട് ഒന്നിനും കൊള്ളുകയില്ല. പ്രായമായി. അതുകൊണ്ട് പ്രായമായ ഈ കുരുടനെ ആർക്കും വേണ്ട"

കങ്ഗാരുഅമ്മ വളരെ സഹാനുഭൂതിയുള്ള ഒരു സ്ത്രീയായിരുന്നു. അവർ പറഞ്ഞു: "മുത്തച്ചൻ അത്ര വിഷമിക്കണൊന്നുമില്ല. മുത്തച്ചൻ ഉദ്ദേശിക്കുന്നതുപോലെ അത്ര മോശമൊന്നുമല്ല ഈ ലോകം. മുത്തച്ചനെ വേറെയാർക്കും വേണ്ടെങ്കിൽ ഞാനും എന്റെ മോൻ ജോയിയും ഇനി മുത്തച്ചന്റെ കൂട്ടുകാരായിരിക്കും. മുത്തച്ചന് വേണ്ട എല്ലാ സഹായങ്ങളും ചെയ്തുതരാം. എന്താ, അതു പോരെ?"

"ഓ, അങ്ങനെയോ. വളരെ സന്തോഷം മക്കളെ."

വളരെയധികം ദീനാനുകമ്പ മനസിലുണ്ടായിരുന്ന കങ്ഗാരുഅമ്മ ജോയെ അടുത്തൊരു മരത്തിന്റെ തണലിൽ കിടത്തയിട്ട് (അവൻ അപ്പോൾ ഉറങ്ങുകയായിരുന്നു) വോംബാറ്റ് മുത്തച്ചന്റെ അടുത്തുചെന്നു.

"ഇതാ മുത്തച്ഛാ. മുത്തച്ചൻ എന്റെ ഈ വാലിൽ ബലമായി പിടിച്ചോ. ഞാൻ മുത്തച്ചനെ ഒരു നല്ല സ്നേഹിതയെപ്പോലെ, ഒരു മകളെപ്പോലെ ധാരാളം സ്വാദുള്ള പുല്ലും കുടിക്കാൻ നല്ല ജലവും കിട്ടുന്ന ഒരു സ്ഥലത്തുകൊണ്ടുചെന്നാക്കാം. പതിയെ നടന്ന് വന്നോളൂ. ഒന്നും പേടിക്കേണ്ട."

വോംബാറ്റ് കങ്ഗാരു പറഞ്ഞതനുസരിച്ച് നടന്നു

"ഇങ്ങനെ നല്ലവരും ഈ ലോകത്തുണ്ട്. അല്ലേ മോളേ. നിനക്ക് നല്ലതുവരട്ടെ." അയാൾ സന്തോഷത്തോടെ പറഞ്ഞു. വോംബാറ്റിനെ കുറച്ചൂദൂരത്തൊരിടത്ത് പുല്ലുതിന്നാൻ വിട്ടിട്ട് കങ്ഗാരു മകനെ ഉറക്കി ക്കിടത്തിയിരുന്ന സ്ഥലത്തേക്ക് മടങ്ങുകയായിരുന്നു. ദൂരെനിന്നുതന്നെ ആ അമ്മയ്ക്ക് അവരുടെ മകൻ ഉറക്കമുണർന്ന് ചുറ്റുപാടും ലക്ഷ്യമില്ലാതെ ഓടിനടക്കുന്നത് കാണാൻ കഴിഞ്ഞു. പാവം അവളുടെ ഓമനമകൻ

മറ്റുമൃഗങ്ങളുടെ കണ്ണിൽപെട്ടാൽ അവന്റെ ഗതി എന്താകുമെന്ന് ആ അമ്മ ഭയപ്പെട്ടു. കുട്ടിയുടെ അടുത്തേക്ക് ഓടാൻ തുടങ്ങിയപ്പോൾ മറ്റൊരു പ്രശ്നം; വോംബാറ്റ് മുത്തച്ഛനെ കൊണ്ടുവിട്ടസ്ഥലത്തിനടുത്ത് കുറ്റിക്കാടുകളിൽ ഇരുന്നുകൊണ്ട് മുത്തച്ഛന്റെ നേരെ അമ്പെയ്യാൻ തയാറാകുന്ന ഒരു മനുഷ്യൻ അവരുടെ കണ്ണിൽപെട്ടു. ഉടൻതന്നെ കങ്ഗാരു മുത്തച്ഛനെ രക്ഷിക്കാനുള്ള ശ്രമത്തിൽ തിരികെ ഓടാൻ തുടങ്ങി. മുത്തച്ഛനും തന്റെ മകൻ ജോയെപ്പോലെതന്നെ നിസ്സഹായനാണല്ലോ എന്ന വിചാരമാണ് അവളെ അങ്ങനെ ഓടാൻ പ്രേരിപ്പിച്ചതെന്ന് എടുത്ത്പറയേണ്ടതില്ലല്ലോ. ആ മനുഷ്യൻ ഇരുന്നിരുന്ന കുറ്റിക്കാടുകൾക്കടുത്തെത്തിയപ്പോൾ കങ്ഗാരു അവിടെ കൂടിക്കിടന്നിരുന്ന കരിയിലക്കൂട്ടത്തിൽ ആഞ്ഞ്ചാടി ശബ്ദമുണ്ടാക്കി - ഉയരത്തിൽ കുതിച്ചുചാടി ധം... ധം... എന്ന ശബ്ദമുണ്ടാക്കി; കൂടാതെ മുത്തച്ഛാ ഓടിക്കോ ഓടിക്കോ എന്ന് ഉച്ചത്തിൽ വിളിച്ചുപറയുകയും ചെയ്തു. ആ ശബ്ദങ്ങൾ കേട്ട വേടൻ അവളുടെ നേർക്ക് തിരിഞ്ഞു. വോംബാറ്റിന്റെ ഇറച്ചിയെക്കാൾ നല്ലത് കങ്ഗാരു ഇറച്ചിയാണെന്ന് കരുതിയ വേടൻ അവരുടെ പിന്നാലെ ഓടാൻ തുടങ്ങി. കങ്ഗാരു അമ്മ കഴിയുന്നത്ര വേഗത്തിൽ ജീവനുംകൊണ്ട് ഓടിയെത്തിയത് ഒരു ഗുഹാമുഖത്താണ്. ഉടൻതന്നെ ജീവൻരക്ഷാർഥം അവൾ ആ ഗുഹയിൽ കയറി ഒളിച്ചിരുന്നു. ആ സമയമത്രയ്ക്കും വോംബാറ്റ് മുത്തച്ഛനും തന്റെ മകനും അപകടമൊന്നും സംഭവിക്കരുത് എന്ന പ്രാർഥനയിലായിരുന്നു കങ്ഗാരുഅമ്മ. കുറേ സമയത്തിനപ്പുറം വേടൻ ആ ചുറ്റുപാടിലെങ്ങും ഇല്ലെന്ന് ഉറപ്പവരുത്തിക്കൊണ്ട് കങ്ഗാരു തന്റെ ജോമോൻ നിന്നിരുന്ന സ്ഥലത്തേക്ക് തികഞ്ഞ ആകാംക്ഷയോടെ ഓടി. അവരുടെ പൊന്നുമോന് എന്തെങ്കിലും അപകടം സംഭവിച്ചിരിക്കുമോ എന്ന് അവർ ഭയന്നു. പക്ഷേ, നല്ല കാലം; അവന് ഒന്നും സംഭവിച്ചില്ല. അവൻ അവരവനെ വിട്ടുപോയ മരത്തണലിൽതന്നെ ഓടിച്ചാടി കളിച്ച് നടക്കുന്നുണ്ടായിരുന്നു. ഓടിച്ചെന്ന് അവനെ വാരിയെടുത്ത് ഉമ്മവെച്ചുകൊണ്ട് പറഞ്ഞു:

"മോനേ, നിനക്കൊന്നും പറ്റിയില്ലല്ലോ. നല്ല കാലം. മോൻ അമ്മയെ കാണാതെ പേടിച്ചുപോയോ. ഇല്ലല്ലോ." അതുംപറഞ്ഞ് അവൾ മോനേയും എടുത്തുകൊണ്ട് മുത്തച്ഛന്റെ അടുത്തേക്ക് ഓടാൻ തുടങ്ങി. പക്ഷേ, മുത്തച്ഛനെ അവിടെയെങ്ങും കാണാൻ കഴിഞ്ഞില്ല. അന്വേഷിച്ച് നടന്ന് ക്ഷീണിച്ചുപോയ കങ്ഗാരുഅമ്മ ജോയുമൊത്ത് അടുത്തുള്ള ഒരു വൃക്ഷത്തിന്റെ തണലിൽ വിശ്രമിച്ചു. അപ്പോഴും മനസിൽ പ്രാർഥിച്ചു. 'പാവം ആ മുത്തച്ഛൻ തനിയെ എവിടെപ്പോയിരിക്കും. അദ്ദേഹത്തിന് ആപത്തൊന്നും വരുത്തരുതേ ദൈവങ്ങളേ'.

പക്ഷേ, കങ്ഗാരുഅമ്മ അറിയാതെപോയ ഒരു സത്യം ആ വോംബാറ്റ് വാസ്തവത്തിൽ ഒരു വോംബാറ്റായിരുന്നില്ല എന്നതാണ്. ആകാശലോകത്തുള്ള 'ബ്യാമി' എന്ന ദൈവം വോംബാറ്റിന്റെ വേഷത്തിൽ അവിടെ എത്തിയതായിരുന്നു. അദ്ദേഹം അങ്ങനെ വന്നതിന്റെ ഉദ്ദേശം ഭൂമിയിൽ ഏറ്റവും കൂടുതൽ ദീനാനുകമ്പയുള്ളത് ആർക്കാണ് എന്നത് സ്വയം കണ്ട് മനസിലാക്കുക എന്നതായിരുന്നു. അദ്ദേഹത്തിന് ഉത്തരം കിട്ടുകയും ചെയ്തു - കങ്ഗാരു. അതുകൊണ്ട് കങ്ഗാരുവിന് ഉചിതമായ ഒരു സമ്മാനം നൽകണമെന്ന് ബ്യാമി ദേവൻ തീർച്ചയാക്കി.

ആകാശലോകത്ത് തിരികെ എത്തിയ ഉടൻ തന്നെ അദ്ദേഹം തന്റെ ഭൃതഗണങ്ങളെ (പരിചാരകരെ) വിളിച്ച് പറഞ്ഞു:

"നിങ്ങൾ ഉടനെതന്നെ ഭൂമിയിലേക്ക് പോകണം. അവിടെ യൂക്കാലി പറ്റസ് മരങ്ങൾ ധാരാളമായി വളരുന്ന ഒരു സ്ഥലത്തുനിന്ന് യൂക്കാലി പറ്റസ് മരത്തിന്റെ നീളത്തിലുള്ള മരത്തൊലി ശേഖരിച്ച് അതുകൊണ്ട് ഒരു ഉപരിവസ്ത്രം (apron) ഉണ്ടാക്കണം. അത് കങ്ഗാരുഅമ്മയ്ക്ക് എന്റെ ഉപഹാരമായി നൽകണം; അത് അവരുടെ അടിക്കെട്ടിന് മുകളിലായി ദേഹത്തോട് ചേർത്ത് കെട്ടാൻ പറയണം. ഞാൻ അങ്ങനെ പറഞ്ഞു എന്ന് അവരോട് പറയണം. ഉടനെ പുറപ്പെട്ടുകൊള്ളുക."

ഭൃതഗണങ്ങൾ ബ്യാമിദേവൻ പറഞ്ഞതെല്ലാം അതേപോലെ കൃത്യമായി ചെയ്തു. കങ്ഗാരുഅമ്മ സ്നേഹത്തോടെ ബ്യാമി ദേവൻ കൊടുത്ത ആ ഉപരിവസ്ത്രം തന്റെ ദേഹത്ത് കെട്ടിക്കഴിഞ്ഞപ്പോൾ ആ സ്ഥാനത്ത് യൂക്കാലിപ്റ്റസിന്റെ മരവുരി ക്രമേണ മൃദുവായ രോമനിബിഡമായ ഒരു ഉറയായി - സ്വന്തം ദേഹത്തിന്റെ ഭാഗമായി, തന്റെ മകനെപ്പോലും അതിലിരുത്തി കൊണ്ടുനടക്കാൻ പാകത്തിനുള്ള ഒരു ഉറയായി (സഞ്ചിയായി) മാറി.

ഇപ്പാൾ മനസിലായില്ലേ കങ്ഗാരുവിന് വയറിനടിയിലെ സഞ്ചി കിട്ടിയത് എങ്ങനെയാണെന്ന്?

തന്റെ ജോയെ സുരക്ഷിതമായി എവിടെയും കൂട്ടിക്കൊണ്ട് നടക്കാൻ ഉപകരിക്കുന്ന ആ സഞ്ചി തനിക്ക് ദൈവം തന്ന ഒരു വിലപ്പെട്ട വലിയ ഉപഹാരമായി കങ്ഗാരുഅമ്മ സ്വീകരിച്ച എന്ന മാത്രമല്ല, തന്നെപ്പോലെ കങ്ഗാര എലികൾക്കും, വൊളബികൾക്കുമെല്ലാം അത്തരം സഞ്ചികൾ കിട്ടിയിരുന്നുവെങ്കിൽ എന്നും ആ സ്നേഹ നിധിയായ അമ്മ ആഗ്രഹിച്ചു. അവരുടെ ആഗ്രഹം ബ്യാമിദേവൻ

മനസിലാക്കിയതുകൊണ്ടാണ് ആ സമയം മുതൽ മാർസുപിയൽ (സഞ്ചിമൃഗങ്ങൾ) മൃഗങ്ങൾക്കും കങ്ഗാരുവിനെപ്പോലെയുള്ള എല്ലാ മൃഗങ്ങൾക്കും അവരുടെ കുട്ടികളെ കൊണ്ടുനടക്കാൻ പാകത്തിനുള്ള സഞ്ചികൾ (pouch) കിട്ടിയത്.

ഒരു മീൻ കഥ

മീനകൾ എക്കാലവും മീനകളായിരുന്നവെന്നും മയിലുകൾ എന്നും മയിലുകളായിരുന്നവെന്നും പക്ഷികളും മൃഗങ്ങളുമെല്ലാം എക്കാലവും പക്ഷികളും മൃഗങ്ങളമായിരുന്നവെന്നുമല്ലേ നാം സാധാരണയായി വിചാരിക്കുന്നത്. മീനകൾ എക്കാലവും ജലത്തിൽ ജീവിച്ചിരുന്നു എന്നും. പക്ഷേ, നിങ്ങൾക്ക് ഓസ്ട്രേലിയയിൽ പോകാനും ആ ഭൂഖണ്ഡത്തിന്റെ മധ്യപ്രദേശങ്ങളിലെ മരുഭൂമിക്ക് സദൃശ്യമായ മണൽ നിറഞ്ഞ സ്ഥലങ്ങളിൽ ജീവിക്കുന്ന കറുത്തവരുമായി സംസാരിക്കാൻ അവസരം കിട്ടുകയുമാണെങ്കിൽ മറ്റൊരു കഥ (വിശ്വാസം) കേൾക്കാൻ കഴിഞ്ഞെന്ന് വരാം.

അവരുടെ വിശ്വാസപ്രകാരം പണ്ട്പണ്ട് മീനകൾ കരപ്രദേശ ങ്ങളിൽ അലഞ്ഞു നടന്നിരുന്ന മറ്റ മൃഗങ്ങളെ വേട്ടയാടി ഭക്ഷണം നേടിയിരുന്ന ഒരു കാലഘട്ടത്തിലെ കഥകൾ കേൾക്കാൻ നിങ്ങൾക്ക് അവസരം കിട്ടിയെന്ന്വരാം. മാത്രമല്ല മീനകൾ വളരെ കഷ്ടപ്പെട്ടാണെ ങ്കിലും ബുദ്ധിപൂർവ്വം അവയെല്ലാം തരണംചെയ്ത് ജീവിച്ചിരുന്ന എന്നും മനസിലാകും. വളരെ ഭയാനകരമായ ഒരു സംഭവം ഉണ്ടാകാതിരുന്ന വെങ്കിൽ ഒരു പക്ഷേ മീനകൾ ഇന്നും നമ്മോടൊപ്പം കരയിൽ ജീവി ക്കുന്നുണ്ടായിരുന്നിരിക്കാം എന്നും അവർ വിശ്വസിക്കുന്നു.

അക്കാലത്ത് ഒരു ദിവസം മീൻഗോത്രത്തിലെ എല്ലാവരും ഒരു വേട്ടയാടൽ പരിപാടികഴിഞ്ഞ് ക്ഷീണിച്ച് ഒരു വലിയ വൃക്ഷത്തിന്റെ തണലിൽ തമ്പടിച്ച് വിശ്രമിക്കുകയായിരുന്നു. ചുറ്റും നല്ലച്ചടായിരുന്നതു കൊണ്ട് ആ വൃക്ഷത്തിന്റെ തണൽ സുഖപ്രദമായിരുന്നു. മാത്രമല്ല അത് നദീതീരത്തായിരുന്നതുകൊണ്ട് നല്ല തണത്ത കാറ്റും വീശുന്നുണ്ടായിരു ന്നു. അതുകൊണ്ട് അവർ അവിടെ കുറച്ചുകൂടുതൽ നേരം വിശ്രമിക്കാൻ തീർച്ചയാക്കി. ആ നദിയോരത്ത് തീ കൂട്ടി കുറച്ച് ഭക്ഷണം പാകം ചെയ്ത.

എല്ലാവരും വയറുനിറയെ ഭക്ഷണം കഴിച്ച് വിശ്രമിക്കുന്ന - ഉറങ്ങുന്ന സമയമായിരുന്നു. അക്കാലത്ത് ഇന്നത്തെ പോലെ തീപ്പെട്ടിയും മറ്റും ഇല്ലായിരുന്നല്ലോ. അതുകൊണ്ട് തീ ഉണ്ടാക്കുന്നതും ഒരു ശ്രമകരമായ ജോലിയായിരുന്നു. തീ ഉണ്ടാക്കാൻവേണ്ട പ്രത്യേകതരം കമ്പുകളും മറ്റും ശേഖരിക്കേണ്ടതുണ്ടായിരുന്നു. ഏതായാലും ഭക്ഷണം കഴിഞ്ഞ് വിശ്രമിക്കുന്നതിനിടയിൽ, കുറേശ്ശ ഉറക്കം വന്നുതുടങ്ങിയ സമയത്ത് വിചാരിച്ചിരിക്കാതെ കറുത്തിരുണ്ട കാർമേഘങ്ങൾ അവിടേയ്ക്ക് പറന്നെത്തി. മാത്രമല്ല അതിശക്തിയായി മഴ പെയ്യുവാനും ആരംഭിച്ചു. ആ സ്ഥലം മുഴുവനും മഴവെള്ളത്തിൽ മുഴുകി എന്ന് മാത്രമല്ല അവർ ഉണ്ടാക്കിയ തീ മുഴുവൻ കെട്ടുപോവുകയും ചെയ്തു. തീ കെട്ടാൽ അത് തിരിച്ച് ഉണ്ടാക്കി എടുക്കാൻ ഇന്നത്തെപ്പോലെ അത്ര എളുപ്പമായിരുന്നില്ലല്ലോ. കൂടാതെ വളരെ തണുത്ത കാറ്റ് ശക്തിയായി വീശാൻ തുടങ്ങിയത് അവരെ കൂടുതൽ കഷ്ടത്തിലാക്കി. അപ്പോൾ കൂട്ടത്തിൽ പ്രായം കൂടിയ 'തുഗ്ഗി' എന്ന മീൻ പറഞ്ഞു:

"ഇങ്ങനെ പോയാൽ കഷ്ടമാകും കൂട്ടരേ. വേഗംതന്നെ എങ്ങനെ യെങ്കിലും തീ ഉണ്ടാക്കാൻ കഴിഞ്ഞില്ലെങ്കിൽ നമ്മളെല്ലാം തണുത്ത് മരവിച്ച് ചത്തുപോകും.'"

അയാൾ തന്റെ മക്കളോട് വേഗം തീയുണ്ടാക്കാൻ വേണ്ടത് ചെയ്യാൻ നിർദേശിക്കുകയും ചെയ്തു. പക്ഷേ, അവർ എത്ര ശ്രമിച്ചിട്ടും ഫലമുണ്ടായില്ല.

ഒപ്പംതന്നെ ബിരംഗ എന്ന മുള്ളൻമീനും പറഞ്ഞു:

"അതുശരിയാ. ഞാനും ഒന്ന് ശ്രമിച്ചുനോക്കട്ടെ." പക്ഷേ ബിരംഗയുടെ ശ്രമവും ഫലപ്രദമായില്ല. കുംബലിന്റെ ശ്രമവും പരാജയപ്പെട്ടു.

എല്ലാം നോക്കിനിന്ന തുഗ്ഗി വീണ്ടും പറഞ്ഞു:

"ഇങ്ങനെ വീണ്ടും വീണ്ടും ഒരേപോലെ ശ്രമിച്ചാൽ ഫലമൊന്നുമുണ്ടാവുകയില്ല. നമ്മുടെ പക്കലുള്ള വിറകുകളെല്ലാം നനഞ്ഞുപോയിരിക്കുന്നു. ഇനി സൂര്യപ്രകാശത്തിൽ അവയെല്ലാം നല്ലതുപോലെ ഉണക്കിയെടുത്തതിന ശേഷമേ നമുക്ക് തീ ഉണ്ടാക്കാൻ കഴിയൂ."

അപ്പോൾ ഒരു ചെറിയമീൻ, വെറും ഒന്നോ ഒന്നരയോ ഇഞ്ചുമാത്രം (ഇഞ്ച് = 2.5 സെന്റിമീറ്റർ) നീളമുള്ള മീൻ തുഗ്ഗിയുടെ മുമ്പിൽ കുനിഞ്ഞ് വണങ്ങിക്കൊണ്ട് പറഞ്ഞു:

"എന്റെ അഛൻ ഗ്രഡ്ഡുവിന് മറ്റെല്ലാ മീനകളേക്കാളും നന്നായി മാന്ത്രിക വിദ്യകൾ വശമുണ്ട്. അദ്ദേഹത്തിന് തീ ഉണ്ടാക്കവാനും അറിയാം. ആവശ്യപ്പെട്ടാൽ അദ്ദേഹം നമ്മെ സഹായിക്കും."

അൽപനേരത്തിനശേഷം ഗ്രഗ്ഗിയുടെ അപേക്ഷപ്രകാരം ഗ്രഡി തീയു ണ്ടാക്കാനുള്ള ശ്രമം ആരംഭിച്ചു. അടുത്തുണ്ടായിരുന്ന ചില പ്രത്യേകതരം മരങ്ങളുടെ തൊലി ഉരിഞ്ഞെടുത്ത് പുകഞ്ഞുകൊണ്ടിരുന്ന ചാരത്തിനുമു കളിൽവെച്ചു. തൊലി ചാരത്തിനു മുകളിൽ ഒരു പ്രത്യേകരീതിയിലാണ് അടുക്കിവെച്ചത്. പിന്നീട് അതിനു മുമ്പിൽ ഇരുന്നുകൊണ്ട് ഗ്രഡി ശ്വാസം വലിച്ച് ആ മരത്തൊലികളുടെ നടുവിലേക്ക് ശക്തിയോടെ ഊതാൻ തുടങ്ങി. അങ്ങനെ കുറെ നേരം നിർത്താതെ തുടർച്ചയായി ഊതിയ പ്പോൾ തീ കുറേശ്ശ ജ്വലിക്കാൻ തുടങ്ങി. കുറേശ്ശയായി ജ്വലിച്ച് കത്താൻ തുടങ്ങിയ തീ കാണാൻ എല്ലാവരും ഗ്രഡിയുടെ ചുറ്റം കൂടിയപ്പോൾ ഗ്രഡി അവരോട് പറഞ്ഞു:

"നിങ്ങൾ ഇങ്ങനെ എന്നെ ചുറ്റി നിന്നാൽ വേണ്ടത്ര കാറ്റകിട്ടുകയില്ല. അതുകൊണ്ട് എല്ലാവരും നദിയോരത്തേക്ക് മാറി നിൽക്കണം. നല്ല കാറ്റ് കിട്ടിയാലേ നമുക്ക് ശക്തിയോടെ കത്തുന്ന തീ ഉണ്ടാക്കാൻ കഴിയൂ."

എല്ലാവരും നദിയോരത്തേക്ക് മാറി നിന്നു. ഒന്നുരണ്ടുപേർ മാത്രം ഗ്രഡിയുടെ നിർദേശപ്രകാരം അടുത്തുള്ള മരങ്ങളിൽനിന്നും ഉണങ്ങിയ തൊലി ഉരിച്ച് ഗ്രഡ്ഡുവിന് നൽകിക്കൊണ്ടിരുന്നു. ഗ്രഡി അങ്ങനെ കിട്ടിയ തൊലി ജ്വലിച്ചുകൊണ്ടിരുന്ന തീയ്ക്കുമുകളിൽ അടുക്കിവെയ്ക്കുകയും അതിലേക്ക് ശക്തിയോടെ ഊതുകയും ചെയ്തുകൊണ്ടിരുന്നു. അൽപസ മയത്തിനുള്ളിൽ തീ ആളിക്കത്താൻ തുടങ്ങി. അതുകണ്ടുനിന്ന മീനക ളെല്ലാം തികഞ്ഞ സന്തോഷത്തോടെ ശബ്ദമെടുത്ത് - ആർത്തുവിളിച്ചു. എല്ലാവരും ഉറക്കെയുറക്കെ പറഞ്ഞു:

"ഇനി നമുക്ക് തണുപ്പിനെ ഭയപ്പെടേണ്ടതില്ല. ഈ തീ നമുക്ക് വേണ്ടത്ര ചൂട്നൽകും. സംശയമില്ല. ഗ്രഡ്ഡു നമ്മുടെ രക്ഷകനാണ്."

അപ്പോഴാണ് തികച്ചും അപ്രതീക്ഷിതമായ ആ സംഭവം ഉണ്ടായത്. അവർ കൂട്ടമായി നിന്നിരുന്ന സ്ഥലത്തേക്ക് കാറ്റ് ശക്തിയായി അടി ച്ചുതുടങ്ങി. അപ്പോൾ ഉയർന്നുകത്തിയ തീജ്വാലകൾ ആ ദിശനോക്കി അടിക്കാൻ തുടങ്ങി. തന്നിമിത്തം കൂട്ടമായി നിന്നിരുന്നവരെല്ലാം നദിയോരത്തോട് കൂടുതൽ അടുത്ത സ്ഥലത്തേക്ക് മാറി നിന്നു. പക്ഷേ, തണുപ്പിൽ ഉറഞ്ഞുകിടന്നിരുന്ന മഞ്ഞുകട്ടികൾ മണലിൽ

മൂടിക്കിടന്നസ്ഥലമായിരുന്നു അതെന്ന് അവർക്കറിയില്ലായിരുന്നു. തീച്ചൂട് കൂടിത്തുടങ്ങിയപ്പോൾ ഘനീഭവിച്ച മഞ്ഞ് ഉരുകുകയും അവർ നിന്നിരുന്നസ്ഥലവും അവരും എല്ലാം നദിയിലേക്ക് വീണതും എല്ലാം നിമിഷങ്ങൾക്കുള്ളിലാണ് സംഭവിച്ചത്.

നദിയിലെ വെള്ളം വളരെയധികം ആഴത്തിലുള്ളതും (സമുദ്രത്തി നടുത്തായിരുന്നതുകൊണ്ട് ഏതാണ്ട് സമുദ്രത്തിലെന്നപോലെ തന്നെ ആഴമുള്ളതായിരുന്നു) അധികം തണുത്തതുമായിരുന്നു. അവരെല്ലാവരും ആ തണുത്ത വെള്ളത്തിൽ വളരെയധികം കഷ്ടപ്പെട്ടു. എരിഞ്ഞുകൊ ണ്ടിരുന്ന മരത്തൊലിക്കുമ്പാരവും അങ്ങനെതന്നെ വെള്ളത്തിൽ മുങ്ങി പ്പോയെങ്കിലും തീ വളരെയധികം ശക്തിയിലായിരുന്നതുകൊണ്ട് തീജ്വാ ലകൾ വെള്ളത്തിനടിയിലും ജ്വലിച്ചുനിന്നു. മാത്രമല്ല ആ തീക്കുമ്പാരം ജലത്തിനടിയിലേക്ക്, ആഴത്തിലേക്ക് ഇറങ്ങിപ്പോവുകയും ചെയ്തു.

മീനുകളെല്ലാം മറ്റമാർഗമില്ലാതെ തീക്കുമ്പാരത്തിന് ചുറ്റം വട്ടമിട്ട് നടന്നു. അവിടെ ജലത്തിന്റെ ചൂട് സുഖപ്രദമായിരുന്നു; ജലപ്പരപ്പിൽ ഉണ്ടായിരുന്നതുപോലെ തണുപ്പില്ലായിരുന്നു. മറ്റൊരതിശയം ജലത്തി നടിയിൽ എത്തിച്ചേർന്ന തീക്കുമ്പാരം അങ്ങനെ തന്നെ തുടർന്നും എരിഞ്ഞുകൊണ്ടേയിരിക്കുന്നു എന്നതാണ് - അങ്ങനെ എരിയുന്നുണ്ടോ എന്ന് നമുക്ക് അറിഞ്ഞുകൂടായെങ്കിലും അങ്ങനെ എരിഞ്ഞുകൊണ്ടേ യിരിക്കുന്നു എന്നും അതുകൊണ്ടാണ് ജലപ്പരപ്പിൽ ഉള്ളതിനേക്കാൾ അൽപം കൂടുതൽ ചൂട് സമുദ്രത്തിനടിയിലുള്ള വെള്ളത്തിനുള്ളതെ ന്നും അവിട്ടത്തെ കറുത്തവർഗക്കാർ വിശ്വസിക്കുന്നു. മറ്റമാർഗമൊന്നും ഇല്ലാതിരുന്നതുകൊണ്ടും വെള്ളത്തിലെ ജീവിതം കരയിലേതിനെ ക്കാൾ സുഖമുള്ളതായി അനുഭവപ്പെട്ടതുകൊണ്ടും മീനുകൾ ആ സംഭ വത്തിനുശേഷം വെള്ളത്തിൽ തന്നെ ജീവിക്കുവാൻ പഠിച്ചെന്ന് അവർ വിശ്വസിക്കുന്നു.